AWỌN OKUTA IMỌLE

ÀÌSÁYÀ 58 ILÉ ÌKỌ́NI ALÁGBÈÉKÁ

ALL NATIONS INTERNATIONAL

Translated by
ADIGUN JOSEPH OLUWASEGUN

Awọn Okuta Imọle
Àìsáyà 58 Ilé Ìkọ́ni Alágbèéká

Building Blocks -Yoruba
© All Nations International 2020

All rights reserved. Isaiah 58 Mobile Training Institute is available for use in training programs. For more information, order additional copies:

email: is58mti@gmail.com
contact us: www.all-nations.org
online course: is58mit.org

Scripture quotations are taken from the
Yorùbá Bibeli (YCE)

Cover Art: Julian V. Arias and Eve L.R. Trinidad
ISBN: 978-1-950123-48-3

We dedicate this manual:

*To those who wanted to know...
but never had a teacher.*

*To those who looked for the vision...
so that they could run with it.*

To those who want to know "What's Next?"

*To those who knew they were teachers...
but did not know what to teach.*

*To those who are looking for
Christ in Us the Hope of Glory!*

*May this manual reveal to you Jesus Christ
May the Peace that He has ordained for you
be with you always.*

ATỌKA AKOONU

Oro Akoso — vii
Ọrọ Iṣaaju — ix
Awọn Okuta Imọle – Isafihan — xi

1. Gbigba Alaafia Ọlọrun To Se Deede Laaye — 1
   Agbeyẹwo: Gbigba Alaafia Ọlọrun To Se Deede Laaye — 21
2. Ihuwasi Tabi Ibi-Giga — 25
   Agbeyẹwo: Ihuwasi Tabi Ibi-Giga — 33
3. Oluwa, Iwọ Ti Fi Idi Alaafia Mulẹ Fun Wa — 37
   Agbeyẹwo: Oluwa, Iwọ Ti Fi Idi Alaafia Mulẹ Fun Wa — 43
4. Ijagun Ẹmi — 45
   Agbeyẹwo: Ijagun Ẹmi — 69
   Ìdánwò-Òye: Ijagun Ẹmi — 73
5. Atako Ayipada-Ipa — 77
   Agbeyẹwo: Atako Ayipada-Ipa — 87
6. Ko Ni Orukọ Apọnle — 93
   Agbeyẹwo: Ko Ni Orukọ Apọnle — 105
7. Awọn Olusọagutan Ati Agutan — 107
   Agbeyẹwo: Awọn Olusọ-Agutan Ati Agutan — 115
8. Igbagbọ N Siṣẹ Nipa Ifẹ — 119
   Agbeyẹwo: Igbagbọ N Siṣẹ Nipa Ifẹ — 133
9. Okun-Iwọn Naa — 137
   Agbeyẹwo: Okun-Iwọn Naa — 149
10. Alakalẹ Iran — 153
    Agbeyẹwo: Alakalẹ Iran — 161
11. Iyin Ati Isin — 165
    Agbeyẹwo: Iyin Ati Isin — 173
12. Wa Soke To Ga Sii Ninu Ifẹ Rẹ — 177
    Agbeyẹwo: Review: Wa Soke To Ga Sii Ninu Ifẹ Rẹ — 191

13. Nibo Ni A Ti Le E Ri Ọrọ? 195
    Agbeyẹwo: Nibo Ni A Ti Le Ri Ọrọ? 203
    Idanwo-Oye: Nibo Ni A Ti Le Ri Ọrọ 205
14. Njẹ Wọn Mọn Ọ? 209

Agbeyẹwo: Njẹ Wọn Mọn Ọ 215
Kọkọrọ Agbeyẹwo 219
Ìse Ìdámọ̀n 229

ORO AKOSO

Ní ọdún 1954, Ọlọrun fun Rev. Agnes I. Numer ni iṣipaya Aisaya 58. O sọ fun un, "Eyi ni ète Mi, fun Ijọ Mi, fun igba ìkẹyìn." O fi awọn ọkọ ofurufu hàn án, awọn ọkọ ojú-irin, awọn ilé-ìkọ́jàsí, awọn ibùdó ìkọ́ni, awọn ibùdó fun àtìpó, oúnjẹ pinpin ati ọpọlọpọ ohun miiran.

Rev. Numer se àgbékalẹ̀ awọn ibùdó ìkọ́ni nibi ti awọn adarí ti ń gba ìran, ireti, ète ati awọn ilana aatẹle Ijọba Ọlọrun. Awọn adari naa fi awọn ilana aatẹle naa sinu ìṣe pẹlu ìtara ninu awọn iṣẹ-ìránṣẹ́ kaakiri agbaye. Ọlọrun ti jẹ Jehovah Jireh wọn.

Ọlọrun tun fi ile-ẹkọ iṣẹ-iranṣẹ ti yoo pín awọn ilana aatẹle Ijọba Rẹ wọnyi pẹlu awọn orilẹ-ede han Rev. Agnes I. Numer. Ilé Ìkọ́ni Alágbèéká Àìsáyà 58 nnì ti di wíwà lori ayélujára, ni ìwé títẹ̀, ìwe ọri kọmputa ati APP.

Ẹ seun.
Gbogbo Orílẹ̀-èdè dé Orílẹ̀-èdè

Habakuku 2:2 Oluwa si da mi lohùn, o si wipe, Kọ

iran na, ki o si hàn a lara wàlā, ki ẹniti nkà a, le ma sare. *3 Nitori iran na jẹ ti ìgbà kan ti a yàn, yio ma yára si ìgbẹ̀hìn, kì yio si ṣeke, bi o tilẹ̀ pẹ, duro dè é, nitori ni dide, yio de, kì yio pẹ.*

2 Timotiu 2:2 Ati ohun wọnni ti iwọ ti gbọ́ lọdọ mi lati ọwọ ọ̀pọ̀lọpọ̀ ẹlẹri, awọn na ni ki iwọ fi le awọn olōtọ eniyan lọwọ, awọn ti yio le mā kọ́ awọn ẹlomiran pẹlu.

Rev. Agnes I. Numer, ti a tun mọn si "Mama Teresa Amerika" nnì jade laye ni ọjọ kẹtadinlogun osu keje, 2010 ni ẹni ọdun marundinlọgọrun. O fi ọpọlọpọ ogun to wunilori sílẹ̀ sáyé lọ.

ỌRỌ IṢAAJU

Bí a tí nrin ìrìn-àjò káàkiri àgbáyé, a ń rí àwọn olùsọ́-àgùtàn àti àwọn olùdarí tí wọn ń ní ìjàgùdù pẹ̀lu, "Kini wọn o kọ awọn eniyan wọn." Bóyá wọn kò ní ìkẹ́kọ̀ọ́ Ile-iwe Bibeli ri... ipá wọn si le ma káa titi lai.

Ekún wa ni pe Ọlọrun yoo ka èyí si ọ... pe yoo fi Ihinrere Rẹ si ọkan rẹ, pe Oun yoo kọ́ ọ, ati pe iwọ yoo ni iriri ominira, alafia, agbara ati ipá lati ṣafihan Ifẹ Rẹ si awọn Orilẹ-ede.

Jẹ ki gbogbo wa ṣiṣẹ pọ nigba ti akoko wa.... Ki Oun nikan baà le di iṣelogo.

Jẹ ki Jesu mu ọ lọ si Awọn Orilẹ-ede....

"*14 A o si wasu ihinrere ijọba yi ni gbogbo aiye lati ṣe ẹri fun gbogbo orilẹ-ède; nigbana li opin yio si de.*" Mátíù 24:14

AWỌN OKUTA IMỌLE – ISAFIHAN

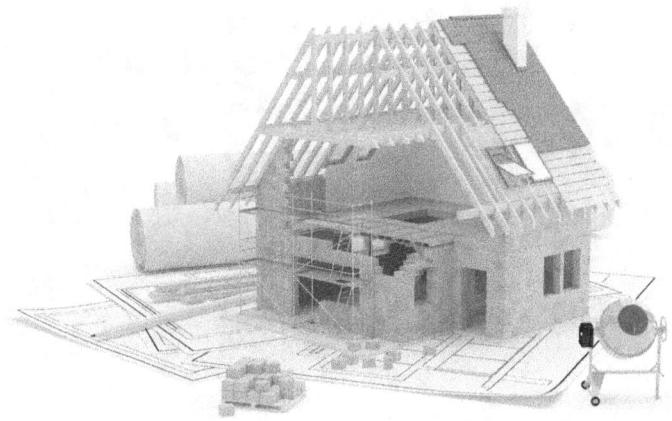

Fi Ifẹ Ọlọrun se Apẹrẹ iwa.

Bawo ni a se le fi ifẹ Ọlọrun se apẹrẹ iwa? Bawo ni a se n gbọ ohun ọlọrun lati mọn aini awọn miiran? Ninu a ko ni "imọlara" Ifẹ Ọlọrun. A ko tii ni iriri ifẹ Ọlọrun fun awọn miiran ri. Bawo ni a se le de ibẹ lati ibi yi? Sugbọn a mọn pe Jesu wipe, "Nipa eyi ni gbogbo enia yio fi mọ pe, ọmọ-ẹhin mi li ẹnyin iṣe, nigbati ẹnyin ba ni ifẹ si ọmọnikeji nyin."

Johanu 13:35. Awọn okuta imọle yii ni awọn kọkọrọ ti Ọlọrun ti fi fun wa lati ipasẹ Ọrọ rẹ lati maa tọ wa sinu ifẹ Rẹ ti o n san latipasẹ wa si awọn orilẹ-ede.

A gbọdọ kọkọ mọ nipa ifẹ ati igẹ Rẹ si wa. A gbọdọ ni iriri isẹ iyanu ara Rẹ si wa. A gbọdọ da bii Rẹ ki a si jẹ ki ọkan Ifẹ Rẹ paarọ ọkan okuta wa.

Gba ọrọ Ọlọrun laye lati sọ ọkan rẹ d'ọtun, fọ ọkan rẹ ki o si mu ifihaṇ eto Rẹ fun awọn orilẹ-ede wa bi o ti n ka ti o si n gbadura pẹlu awọn **Okuta Imọle fun Aye ati Ifẹ Rẹ ti o n San lati ọdọ wa si awọn Orilẹ-ede.**

Ori 1
GBIGBA ALAAFIA ỌLỌRUN TO SE DEEDE LAAYE

I. Isafihan

NI OWURỌ YII MO NI IM! LARA PE OLUWA FẸ KI N PIN ABALA BIBELI YII P! LU RẸ. Eyi jẹ abala bibeli ti o jere ti ibẹrẹ pẹpẹ ninu isẹ-iransẹ wa lati awọn ọdun yii wa, ọkan lara ipilẹ wa ti Ọlọrun ti fi lelẹ ninu aye wa. Ọkan ninu igbeaye wa ni: pe ki a da bi Oun se jẹ. Ọpọlọpọ awọn eniyan ni o n ni ijagudu lọwọlọwọ bayi, koda laarin wa, sugbọn ona kan n bẹ ti Ọlọrun ti la fun wa pe Oun yoo sakoso rẹ fun wa ti a oo ba fi fun n. Ti a ba paa mọn, nigba naa ni a wa ninu ijọngbọn a o si tẹsiwaju lati maa gba irọ gbọ, ọta nni yoo si tẹsiwaju lati maa pin wa yẹlẹyẹle. Sugbọn Ọlọrun ni idahun ninu Ọrọ Rẹ nitori Jesu se amusẹ re lori agbelebu.

Ẹ jẹ KI A KA AISAYA 26:1-15

1 Li ọjọ na li a o kọ orin yi ni ilẹ Juda; Awa ní ilu agbara; igbala li Ọlọrun yio yàn fun odi ati ābo.

2 Ẹ ṣi ilẹkun bodè silẹ, ki orilẹ-èdè ododo ti ńṣọ́ otitọ ba le wọ ile.

3 Iwọ Ẹ ṣi ilẹkun bodè silẹ, ki orilẹ-èdè ododo ti ńṣọ́ otitọ ba le wọ ile.

4 Ẹ gbẹkẹle Oluwa titi lai: nitori Oluwa Jehofa li apata aiyeraiye:

5 Nitori o rẹ̀ awọn ti ngbe oke giga silẹ; ilu giga, o mu u wálẹ̀; o mu u wálẹ̀; ani si ilẹ; o mu u de inu ekuru.

6 Ẹsẹ yio tẹ̀ ẹ mọlẹ, ani ẹsẹ awọn talaka, ati ìṣíṣẹ̀ awọn alaini.

7 Ọna awọn olõtọ ododo ni: iwọ, olõtọ-julọ, ti wọ̀n ipa-ọna awọn olõtọ.

8 Nitõtọ, Oluwa, li ọna idajọ rẹ, li awa duro de ọ: ifẹ́ ọkàn wa ni si orukọ rẹ, ati si iranti rẹ.

9 Ọkàn mi li emi fi ṣe afẹ̀ri rẹ li oru; nitõtọ, pẹlu ẹmi mi ninu mi li emi o wá ọ ni kutùkutù; nitori nigbati idajọ rẹ mbẹ ni ilẹ, awọn ti mbẹ li aiye yio kọ́ ododo.

10 Bi a ba fi ojurere hàn enia buburu, kì yio kọ́ ododo: ni ilẹ iduroṣinṣin li on o hùwa aiṣõtọ, kì yio si ri ọlanla Oluwa.

11 Oluwa, ọwọ́ rẹ gbe soke, nwọn kì yio ri, ṣugbọn nwọn o ri, oju o si tì wọn nitori ilara wọn si awọn enia; nitõtọ, iná awọn ọta rẹ yio jẹ wọn run.

12 Oluwa, iwọ o fi idi alafia mulẹ fun wa: pẹlupẹlu nitori iwọ li o ti ṣe gbogbo iṣẹ wa fun wa.

13 Oluwa Ọlọrun wa, awọn oluwa miran lẹhin rẹ ti jọba lori wa: ṣugbọn nipa rẹ nikan li awa o da orukọ rẹ sọ.

14 Awọn okú, nwọn kì yio yè; awọn ti ngbe isà-okú, nwọn kì yio dide; nitorina ni iwọ ṣe bẹ̀ wọn wò ti o si pa wọn run, ti o si mu ki gbogbo iranti wọn parun.

15 Iwọ ti mu orilẹ-èdè bi si i, Oluwa, iwọ ti mu orilẹ-

èdè bi si i; iwọ ti di ẹni-āyin li ogo: iwọ ti sún gbogbo ālà siwaju.

Jesu san iye rẹ nibẹ fun wa ki a le e mu Ọrọ Rẹ, ki a si gba Ọrọ Rẹ gbọ ati ki si tẹwọ gba Ọrọ Rẹ. O wipe, "Ọrun ati aye yoo rekọja lọ, sugbọn ọrọ Mi ki yoo rekọja." Eyi ni bi Ọrọ Rẹ se se daju fun wa si bi a ba gbaagbọ. "Li ọjọ na li a o kọ orin yi ni ilẹ Juda." Nisisiyi mo pe "ọjọ na" ni ọjọ oni. Mo pe ni "ọjọ oni". Ọjọ naa niyi ti Yoo se e fun wa. Ọjọ naa niyi ti a o kọ orin yii pẹlu Juad! O wipe "ni ilẹ Juda..." Ilẹ Juda ni a wa, abi bẹẹkọ? Amin. "A ni ilu agbara, igbala li Ọlọrun yio yan fun odi ati aabo.

"Ẹ ṣi ilẹkun bodè silẹ..." Oun ti a ni lati se niyi. A nilo lati si silẹ fun Oluwa. "...ki orilẹ-èdè ododo ti nṣọ otitọ ba le wọ ile." Nisisiyi awọn eniyan kan niyi ni pato. Iru awọn eniyan wo? Awọn eniyan ododo. Ti wọn se kini? Pa otitọ mọn.

Loni ati sọ otitọ ni ibikibi nira. Bibeli wipe a sọ otitọ si oju popo. A ju idajọ ododo si oju popo. Oun ti o n sẹlẹ lode oni niyi. Oni si ni ọjọ naa ti O n sọ nipa rẹ. "Ẹ ṣi ilẹkun bode silẹ, ki orilẹ-ede ododo ti nṣọ otitọ ba le wọ ile." Nisisiyi ti a o ba ni otitọ, ko ni se e se fun wa lati sọ́ otitọ, abi yoo se e se? Mo mọn ọpọlọpọ awọn eniyan ti wọn n gbiyanju lati fi Ọlọrun pe were, n wọn fẹ awọn oun ti aye yi, n wọn si tun fẹ ki a ma a pe wọn ni Kritiẹni. Eyi ko sọ wa di Kritiẹni. Oun ti o sọ wa di Kristiẹni ni sísọ́ otitọ. Nini Kristi ninu ọkan wa ati ninu aye wa ati sise oun ti Ọrọ Rẹ sọ lati se ati ki a pa otitọ mọn.

II. "Iwọ O Pa a Mọ Li Alaafia Pipe..."

"Iwọ o pa a mọ li alafia pipe, ọkan ẹniti o simi le Ọ: nitoriti o gbẹkẹle Ọ." O dara. Bi a ba sọ́ otitọ, bi a ba jẹ olododo, nigba naa a o jẹ olododo ninu isododo Ọlọrun. A ko ni isododo ti ara wa. O mọ pe a ni awọn ilakalẹ. A maa n wipe, "Oun yii ati eyi ati eyi ni emi yoo se". Tabi "oun yii ati eyi ni mo se ko si si ẹni ti yoo yi mi pada." "Emi yoo se eyi ati eyi." Iwọ si wipe Kristiẹni ni ọ? Hun... ko se e se bẹ. **Aidurodeede to wa ninu aye loni n ba Kristiẹni jẹ.**

Owe kan wa, ati ti a n pe ni Afunrugbin Naa. Ẹsẹ kan si wa ninu Afunrugbin Naa ti o sọ wipe diẹ bọ saarin sọsọ at ẹgun wọn si fun wọn pa. Awọn aniyan aye yi, awọn ọrọ̀ aye yi, awọn igbadun aye yi fun n pa, titi ti ko fi ri eso kankan so yanju. Eyi ni ipo ti ijọ Kristiẹni wa loni. Kini idi? Melo ninu yin lo n saniyan? Ẹ n saniyan. Kilode tẹ n saniyan? Awọn oun aye yii. Kini yoo sẹlẹ nigba ti a ba ni awọn aniyan aye yii ti a si gba won laye lati di wa lọwọ? Ọkan wa n daamu a si n kuna lati di eleso.

Kini èso ti Ọlọrun n fẹ ninu aye wa? "Orilẹ-ede ododo yii ti nsọ otitọ..." Melo ninu yin ni o ni alaafia pipe? O nilo ọrọ yi. Amin. "Iwọ o pa a mọ li alaafia pipe, ọkàn ẹniti o simi le ọ: nitoriti o gbẹkẹle ọ." Kilode ti a o ni alaafia pipe? Nitoriti a ko gbẹkẹle E. Ni bayi iwọ o wipe, "Bawo ni mo se le gbẹkẹle Oluwa ni gbogbo igba? N ko ni le e ro nnkan miran." Kiise oun to wi niyi. Bayi n o fun ọ ni ẹsẹ bibeli mirean: "Ẹ gbẹkẹle Oluwa titi lai: nitori Oluwa Jehofa li apata aiyeraiye: Nitori O rẹ awọn ti ngbe oke giga silẹ; ilu giga, o mu u walẹ; o mu u walẹ; ani si ilẹ; o mu u de inu eruku...". Ni bayii tani awa ro pe a jẹ to mu ti Ọlọrun yoo fi mu odidi ilu kuro ti yoo si sọ ọ di eruku. Awa o si duro niwaju Rẹ a o si wipe "Emi yoo see nnkan mi ni bi o se wumi"? Nibo ni iwọ ro pe yoo gbe wa de? Awa yoo di eruku, abi bẹẹkọ? A ko le e se e. Ọlọrun ni ọna to sàn jùlọ. Amin. Ọna ti o se deede jù. Ọna ti a o fi gbẹkẹle E ki a ba a le e ni alaafi pipe Rẹ ninu wa.

III. "Awọn Olùgbe Aye Yoo Kọ́ Ododo."

Bayii ẹsẹ ti o tẹle e wipe: "Tani yoo tẹ ilu naa mọ́lẹ̀? Ani ẹsẹ awọn talaka, ati ìṣíṣẹ̀ awọn alaini." Kini wọn n gbiyanju lati se loni pẹlu awọn aláìnílé, awọn talaka, ati awọn alaini? Ọpọlọpọ wọn ni o wa lori pópó. Sugbọn kini yoo sẹlẹ si ilu naa? Yoo di ìtẹ̀mọ́lẹ̀. Yoo di eruku. "Ọna awọn olõtọ ododo ni: Iwọ, olõtọ-julọ, ti wọn ipa-ọna awọn olõtọ. Nitõtọ, Oluwa, li ọ̀nà idajọ rẹ, li awa duro de ọ: ìfẹ́ ọkàn wa ni si orukọ rẹ, ati si iranti rẹ. Ọkàn mi li emi fi ṣe afẹ̀ri Rẹ li oru; nitõtọ, pẹlu ẹmi mi ninu mi li emi o wá Ọ ni kùtùkùtù; nitori nigbati idajọ Rẹ mbẹ ni ilẹ, awọn ti mbẹ li aiye yio kọ́ ododo."

Ẹ jẹ ka duro lori ẹsẹ yii fun igba díẹ... "nitori nigbati idajọ Rẹ mbẹ ni ilẹ, awọn ti mbẹ li aiye yio kọ́ ododo." Awa, ni orilẹ-ede yii, n gbiyanju lati so wipe ko si Ọlọrun, a n mu kuro ninu gbogbo oun àjọni wa, a n gbiyanju lati mu kuro ninu oun gbogbo ti o jẹ ti gbogbogbò. Sugbọn O wipe, "nitori nigbati idajọ rẹ mbẹ ni ilẹ, awọn ti mbẹ li aiye yio kọ́ ododo." Ni bayi idajọ Ọlọrun n bẹ ni aye. O ti faa sẹyin di akoko ti O yàn, sugbọn akoko ti O ti yàn naa ni a wa yi, e gbami gbọ, nigba ti Ọlọrun yoo se idajọ oun gbogbo ti a se ati eyi ti a wí. Ti a ba jẹ tirẹ̀, ati ti a ba fẹ ki O jẹ oun gbogbo ninu aye wa, O ke síta, "...pẹlu ẹmi mi ninu mi li emi o wá Ọ ni kùtùkùtù." Njẹ ẹ mọ, pe awọn eniyan n bẹru awọn idajọ

Ọlọrun, sugbọn awọn idajọ Ọlọrun wa lati pa awọn isẹ Satani run ni. Àbí? Idajọ Ọlọrun ko se ìlòdì si eniyan, o selodi si Satani bẹẹni awọn isẹ Satani n bẹ ninu eniyan. O fẹ mu kuro ki O si mu ododo Rẹ jade ninu ẹnìkọ̀ọ̀kan wa. O ni awọn ti n bẹ ni aye **yoo**, kiise boya, kiise o seese, sugbọn wọn yoo kọ́ kini? Ododo.

Ẹ rii pe aye wa ninu rúdurùdu to bayi? O pinu lati ba ododo jẹ, o pinu lati ba otitọ jẹ, o pinu lati ba idajọ-ododo ati idajọ jẹ. Sugbọn Ọlọrun pinu nipa Ọrọ Rẹ pé idajọ Rẹ ni yoo kọkọ de. Ati pẹlu idajọ Rẹ ni ododo yoo wá. Awọn ti mbẹ li aiye yio kọ́ ododo. Bawo ni yoo se seé se? Ọlọrun ni onírú-n-rú ọna lati se e. O ni onírú-n-rú ọna lati se e ninu aye tiwa, onírú-n-rú ọna lati báwawí nitori O fẹ ki gbogbo awọn ìríra yii kuro ninu wa O si fẹ ki a jẹ mimọ ninu ododo Rẹ ati ninu otitọ Rẹ. Awọn ti o ẹ olododo ti wọn si n pa otitọ mọn. Njẹ ko da eyi da wa lati yi ara wa pada. O n beere lọwọ wa lati jẹ ki **O** se e. O fẹ se e, ti O ba si se e, o pari o si jẹ aseyanju ati eyi ti o se deede. Bẹẹni bi?

Lẹyin naa O tẹsiwaju lati wipe, "...a o fi ojurere han eniyan buburu sugbon kì yio kọ́ ododo." Kini idi? Nitori wọn jẹ buburu. Wọn fẹ mọn Ọlọrun. Wọn ko fẹ gbagbọ pe Ọlọrun lo n sàkóso aye yi, wọn si jẹ buburu, wọn jẹ ibi ninu oun gbogbo; gbogbo ẹka aye wọn ni o jẹ ibi. Ọlọrun ko si se eyi fun wọn, nitoripe wọn ko le e di olododo. Sugbọn wọn yoo ri idajọ wọn o si ni lati jẹwọ pe Ọlọrun lo n se e, koda bi wọn ba kọ lati gba, wọn o ni lati se idamọn re. "Bi a ba fi ojurere han eniyan buburu, kì yio kọ́ ododo: ni ilẹ iduroṣinṣin li oun o hùwà aiṣôtọ, kì yio si ri ọlanla OLUWA." Yoo kọ, nitori ninu iwa buburu rẹ ko ni ifẹ si ati mọn Oluwa. "Oluwa, ọwọ́ rẹ gbe soke, nwọn kì yio ri, ṣugbọn nwọn o ri, oju o si tì wọn nitori ilara wọn si awọn eniyan; nitõtọ, iná awọn ọta rẹ yio jẹ wọn run." Ẹrín àríngbẹ̀yìn ti Ọlọrun ni, nitori iwa buburu ti wọn n di mu sinsin nni, Ọlọrun yoo ran ina yoo si jo o run. Sugbọn ninu jijo o run, awọn pẹlu yoo jo run, nitori wọn kọ lati se idamọn Ọlọrun ati Oluwa.

IV. "Oluwa, Iwọ O Fi Idi Alafia Mulẹ Fun Wa..."

"Oluwa, iwọ o fi idi alafia mulẹ fun wa: pẹlupẹlu nitori Iwọ li o ti ṣe gbogbo iṣẹ wa fun wa." Kini O n se lọwọlọwọ bayi? O n mu iṣẹ ẹran ara kuro, O n mu iṣẹ èsù kuro. O n mu gbogbo awọn nkan wọnyi kuro O si n fi awọn iṣẹ Rẹ sinu wa. "...Iwọ li o ti se e..." Kini eyi tumọn si? Kini ọrọ naa "se e" tumọn si? Dá. O n da wa ninu ododo Rẹ. O n fi awọn iṣẹ Rẹ sinu wa. Ati ni awọn igba miran, a kii mọn bẹ. Awọn nkan miran yii ni a maa n mọn. A maa n ro pe nibo ni ododo Rẹ wa, sugbọn O n se oun kan nibẹ. O n ru papọ ki o baa le wa soke, ki O baa le ré toju rẹ kuro. Amin... "Oluwa, iwọ o fi idi alafia mulẹ fun wa: pẹlupẹlu nitori Iwọ li o ti ṣe gbogbo iṣẹ wa fun wa." Kiise iṣẹ wa sugbon iṣẹ Rẹ. O n yi wa pada. "Ki ẹ má si da ara nyin pọ̀ mọ́ aye yi: ṣugbọn ki ẹ parada lati di titun ni iro-inu nyin."

Ki wa ni oun ti Ọlọrun n se nibi? "Iwọ o pa a mọ li alafia pipe, ọkàn ẹniti o simi le ọ." Ọlọrun n sisẹ pẹlu ọkan wa lọwọlọwọ bayi. Amin. "Oluwa Ọlọrun wa, awọn oluwa miran lẹhin rẹ ti jọba lori wa: ṣugbọn nipa rẹ nikan li awa o da orukọ rẹ sọ. Awọn òkú, nwọn kì yio yè; awọn ti ngbe isà-òkú, nwọn kì yio dide; nitorina ni iwọ ṣe bẹ wọn wò ti o si pa wọn run, ti o si mu ki gbogbo iranti wọn parun."

Ẹ jẹ ki a pada sẹyin. awọn oluwa miran lẹhin rẹ ti jọba lori wa. Awa ti fi ẹgbin yi aye wa. Nitori a kò yan ododo. A kò yan otitọ. Kini o wa sẹlẹ? Awọn nkan miran yii wọ inu aye wa lati gba sàkóso wa. Awọn itan wa pọ wọn si yatọ sí ara wọn lọdọ enikọọkan ni ikorita aye wa. Sugbọn ounkan ni o daju: nigba ti Jesu ba pari pẹlu wa, ti a si gba laye lati se isẹ Rẹ ninu wa, a o di olododo, a o si pa otitọ mọn, a o si ni alaafia pipe.

O n sọ nipa awọn oluwa wọnyi. Nibayi a le e se idarukọ wọn lọpọlọpọ, abi a o le se e? Ọpọlọpọ awọn oluwa ti o n yọ wa lenu ni gbogbo igba, ọpọ wọn ni ko tile wa lootọ. Awọn oluwa yii maa n wa bẹ wa wo lojoojumọ, wọn n pọn wa loju, wọn n parọ fun wa, wọn a si kan sọ onírú-n-rú fun wa, paapa wọn wọn kii tun se otitọ. Sugbọn wọn n jẹ gàba lori wa. Kilode ti wọn fi n jẹ gàba lori wa? Nitori pe a ko fi ìjẹgàba naa fun Ọlọrun. A fi pamọn, a si n jẹ ki o dari wa, ti o fi jẹ pe "...awọn oluwa miran lẹhin Rẹ ti jọba lori wa."

"Toò, odara, bi èmí ti ri niyẹn," Bayi ni mo ti gbọ ti awọn eniyan wi. "Bi awọn eniyan yoo ba fẹran mi, wọn o ni lati fẹran mi bi mo ti rí...tori wipe bi mo ti ri gẹ́lẹ́ niyẹn." Èmi si maa n wo wọn pẹlu ikaaanu, nitori Oluwa fe yi aye wa pada ki o si sọ wa di bi Oun se ri. Ọlọrun ni ilana pato lati pa awọn oluwa wọnyi run. Sugbọn a ni ipinu lati se. Tẹ́tí sii nisisiyi. "...Lẹyin Rẹ, awọn oluwa miran ti jọba lori wa, ṣugbọn nipa Rẹ nikan, nipa Oluwa nikan, li awa o da orukọ rẹ sọ." Nipa Oluwa nikan ni yoo di síse.

Sugbọn kini? A nilo lati jẹ ki O se e. "Sugbọn nipa Rẹ nikan li awa o da orukọ Rẹ sọ." A nilo lati mu wa sọdọ Oluwa, a si nilo lati mu wa pẹlu ipinu pe a ko ni mu u pada, pe a fẹ bọ lọwọ rẹ. Ti a ba fi fun ounkan ti yoo se pẹlu rẹ niyi. Yoo se kini? O ni wọn ti ku. Nitorina kini o sẹlẹ? O pa wọn run. Wọn ki yoo yè. Wọn ngbe isà-òkú, wọn ti ku a si ti sin wọn. "...Nitorina Iwọ ti se ibẹwo, nwọn kì yio si dide." Ti o ba ku ti a si sin ọ, o ki yoo dide mọn. Torina O ti sọ ti eyi ti o dara ti o fi jẹ pe ki yoo si iyemeji kan ni ọkan rẹ lori oun ti O le e se. Abi? "Sugbọn nipa Rẹ nikan li awa o da orukọ Rẹ sọ. Awọn òkú, nwọn kì yio yè; awọn ti ngbe isà-òkú, nwọn kì yio dide. Iwọ bẹ wọn wò o si pa wọn run, o si mu ki gbogbo iranti wọn parun." Nisisiyi eyi, ti a rò, pe abala ti ko seese, abi? Sugbọn bi a ba fi fun, ti O si pa gbogbo wọn run, nigba naa o ti se e, O si mun ki gbogbo irnati wọn parun.

"Iwọ ti mu orilẹ-èdè bi si i, Oluwa, iwọ ti mu orilẹ-èdè bi si i; iwọ ti di ẹni-āyin li ogo: iwọ ti sún gbogbo ālà siwaju." Mo fẹ sọ fun ọ loni pe mo mọn otitọ ọrọ yi, ọpọlọpọ awọn eniyan lo si wa nibi ti wọn mọn otitọ ọrọ yi. O lagbara, sugbọn o kù sọwọ wa. O kù sọwọ wa bi a ba fẹ maa gbé bi èsù, ati ni a ba fẹ ki èsù jọba lori wa, ti a si n fẹ ipọnloju lọsan ati loru, ki a si wa maa wi pe Kristiẹni ni wa. Kii se Oluwa. Nitori O ti la ọna fun wa lati ni alaafia pipe. Kii sii se alaafia ti maa n wa lẹẹkan làare. "...yoo pa a mọn, yoo pa wa mọn, ni alaafia pipe."

N o gbadura fun ọ loni, iwọ yoo ni alaafia, to ba si di òla ko ni si alaafia mọn. Rárá, O pa awọn nkan wọnni run O si sin wọn, wọn ko si ni dide mọn.

V. Jesu Pa "Ogbologbo Okunrin Ẹsẹ" Naa Run

Ki ẹ mọn pe, mo kẹkọ ninu ijọ ti o maa n sọrọ nipa iyasimimọ. Nigba ti mo wa bẹrẹ sii ka Ọrọ naa ni ọna ti Ọlọrun fi fun mi, mo ri oun to yatọ. Wọn n sọ nipa ogbologbo okunrin ẹsẹ nni. Njẹ o se ibapade rẹ ri? Njẹ o daa mọn ri? O ti mu ki o rú ọpọlọpọ Kristiẹni loju. Njẹ o mọn oun ti eyi tumọn si? Mo maa n ro wipe, o dara, ara-ẹran rẹ lo n fi ara han. Eyi jẹ gbolohun kan to maa n jẹyọ ninu ijọ kan ti a ti tọ́ mi. Ti o ba gbe ohun rẹ soke tabi o sọ ounkan ti wọn ko faramọn, "Toò, ara-ẹran rẹ lo n fara han nni!" Mo ni iroyin fun ọ. **Jesu wipe Oun ti mu u lọ sori agbelebu.** O dari awọn ẹsẹ wa jìn nipa èjẹ̀ Rẹ to ta silẹ. O pa ẹsẹ Adamu run ninu rẹ, kini nkan naa ti O se? O mu u lọ sori agbelebu. O jẹ ègún ti isubu eniyan fi síbẹ̀.

Jesu mu u lọ sori agbelebu. Nigba ti a ba tẹ̀ wá bọ omi, a ni ànfàní lati gbé "ogbologbo okunrin naa" lọ si isalẹ omi ki a si sín. O jẹ ki a gbe ogbologbo okunrin ẹsẹ nni... sugbọn O paárun lori agbelebu, O pa agbara re run lori agbelebu ...fun gbogbo Kristiẹni, ti yoo gbọ ọ ti yoo si gbọran si. Iwọ lọ sinu omi naa, ibojì pẹu Oluwa, ki iwọ si sin ogbologbo okunrin nni sibẹ. Ko si laaye nigba ti lọ sisalẹ omi. O ti ku saaju, **o ku nibi agbelebu.** Sugbọn o ni anfani lati sin-ín, ki iwọ le mọn daju pe ko si laaye.

Itura ni o jẹ fun mi nigba Ọlọrun si bibeli naa nitori mo ro pe ni gbogbo ọjọ aye mi n o nilo lati maa farada ogbologbo okunrin ẹsẹ nni ki n si maa rin pẹlu Jesu. Ọpẹ fun Ọlọrun pe ko ri bẹẹ! A le e ni ọpọlọpọ lati ti sita, sugbọn a ni Jesu yoo si ti wọn jade fun wa. Amin! O ni o se pataki gidigidi fun wa lati se itẹbọmi, sinu Jesu Kristi. Kii se sinu ijọ, kii se sinu ijọ Metọdisti, kii se sinu ijọ Onitẹbọmi, kii se sinu ijọ Katoliiki, sugbọn sinu Jesu Kristi. Itẹbọmi Johanu jẹ itẹbọmi ironupiwada, sugbọn itẹbọmi Jesu wà lati mu wa wọ inu Rẹ. Ati Oun sinu wa – ti o n sọ wa di ẹni ti o ni ẹmi aaye. A kii se iran ti Adamu mọn, sugbọn ẹda titun - ẹda titun ti a da nibi kanna lati ọwọ Jesu Kristi, bi a se n lọ sibi agbelebu ati bi a se n lọ **sinu** omi naa. Ogbologbo okunrin nni di sísin nibẹ, **ti ki yoo si dide mọn lai,** niwọnba igba ti a ba gba Jesu Kristi laaye lati jẹ Oluwa ati Ọba ninu ijọba Rẹ ninu aye e wa.

Bi a ba kọ Ọ silẹ, nigba naa ni a o la wahala nla kọja. Iwọ o la awọn oun buruku ti Satani ni fun ọ kọja. Sugbọn bi o ba dìrọ̀ mọn Oluwa sinsin ti o si se awọn oun ti O sọ, isẹ agbara ti o ti fi funwa yii jẹ pipe ninu Jesu Kristi. "**Ninu rẹ̀ li awa gbé wà li ãye, ti awa ńrìn kiri, ti a si li ẹmí wa.**" Oun ni o n fun wa ni alaafia pipe, o si n wa pẹlu wa. O yan-an fun wa. O mu ki o seese fun wa. O mu ki o seese fun wa lati se itẹbọmi, ati pẹlu, pe ki a le e bọ lọwọ ogbologbo okunrin ẹsẹ nni ati ki a le e gbé ninu alaafia Rẹ ti o n ba gbogbo awọn ayọrisi aye yi jẹ.

Ọlọrun ti fun wa ni idahun – Ìbí Titun nni.

O sọ fun Nikodemu, "O gbọdọ di atunbi – ti a fi Ẹmi bi, ti omi bi." Sugbọn nibiyi O n sọ fun wa bi Oun yoo se se isẹ naa. Lati pari oun ti ọta gbiyanju lati mu ki a maa ro pe o gbọdọ wa ninu wa. Ọlọrun mu kuro... tí a ó ba gba a laaye. Bi a ko ba gba a laaye, a o tẹsiwaju lati maa jẹ igbadun rẹ.

Mo lero pe awọ eniyan kan n gbadun rẹ. Mo lero pe **a ni lati se ipinu ki a le e gba Ọlọrun laaye lati mu awọn ìdọ̀tí yii, awọn oluwa atijọ, kuro ninu aye wa.** Ọta yoo wa, yi o si gbiyanju lati wipe, "Iwọ wo ara rẹ nisisiyi," ti o ba se asise, ti o ba binu. Ranti pe Ọlọrun da wa bii ara Rẹ. O fun wa ni àbùdá bii ti ara Rẹ. Adamu fi abuda yii tọrẹ, abi bẹẹkọ? Sugbọn Jesu muu pada tọ wa wa... ti a ba fẹ ẹ. O ni lati jẹ nipa yíyàn wa, boya a jẹ ominira tabi a gba awọn oluwa wọnyi laaye lati pin wa yẹlẹyẹ̀lẹ, ni ọjọ de ọjọ. Abi a o gba Ọlọrun laaye lati mu awọn oluwa atijọ wọnyi ki O si ba wọn jẹ patapata ati ki O si mu iranti wọn parun, ko si iranti wọn kankan ti o sẹ́kù.

Ọrọ yii lagbara o si wa lotitọ, oun naa si ni Ọlọrun ti o n sọ awọn eniyan Rẹ di pipe. Jesu se asepe re ni káfárì. O se asepe re bi o ti jade kuro ninu isà-òku naa. Loni idajọ Rẹ si wa ninu aye, awọn ti n gbe aye yoo kọ́ ododo. Wọn yoo kọ nipasẹ wa. Ti a ba gba a laaye lati pari isẹ naa ninu wa nigba naa ni a o ni alaafia pipe Rẹ. Gbogbo awọn nkan wọnyi ni yoo ti aye wa jade a o si sinmi ninu Rẹ. Oun ni Oluwa Ọrọ Rẹ. **O ku si ọwọ wa oun ti a o se pẹlu rẹ.** Ti a b a fẹ lati maa ru awọn nkan wọnyi kiri ki a si maa sàròyé, o ku sọ́wọ́ wa. Oun ti o lagbara to bẹẹ nipé O mu ki awọn iranti wọn gbogbo ko parun. **A ko nilo lati maa gbe pẹlu "idọti" naa.** A ko nilo lati maa faradà á, ti a ba fẹ lati jẹ ki Ọlọrun muu ki o si paárun. Bawo ni a se fẹ alafia Rẹ to? **O ti yàn fun wa lati ni alaafia Rẹ. Tiwa ni, bi a ba fẹ́ ẹ.**

VI. "Bi Awa Ba N Rin Ninu Imọlẹ Bi Oun Ti N Bẹ Ninu Imọlẹ..."

Ẹsẹ bibeli kan n be ninu 1 Johanu. "Ṣugbọn bi awa ba ńrìn ninu imọlẹ, bi on ti mbẹ ninu imọlẹ, awa ní ìdàpọ̀ pẹlu ara wa, ẹ̀jẹ Jesu Kristi Ọmọ rẹ̀ ni ńwẹ̀ wa nù kuro ninu ẹsẹ gbogbo." O n wẹ wa nu. Ọlọrun funra Rẹ n wẹ wa nu. Ti a ba se àsìse, ti a be sẹ̀, a o wa sọ́dọ̀ Rẹ, a o si bèèrè ki O dariji wá lẹsẹkẹsẹ, Ọlọrun yoo si wẹ wa nù kuro ninu ẹsẹ gbogbo.

Mo gbagbọ pe ti otitọ yii ba jẹ wiwaasu ninu awọn ìjọ bi Ọlọrun se fẹ ki a wààsù rẹ, ko ni si enikankan ti yoo fàsẹ́yìn ninu igbagbọ rar. Nitori ti èsù ba wa, ti a ba se asise kan tabi ti a ba dẹsẹ̀ kékeré kan, yio pọ́n wa loju ni títí ti a o fi dá ẹ̀sẹ̀ lọ́nà miliọnu. Nigbana ni èsù ti fiwọ̀ gbé wa.

Ọrọ naa wipe, "O ńwẹ̀ wa nù." Jesu jókòó si ọwọ ọtun Baba ti o si n sìpẹ̀ fun wa títí láí gẹgẹ bii Ọmọ Eniyan. O si tun n sipẹ fun wa lọwọ ki a baa le e bọ lọwọ ẹsẹ, ki a baa le e bọ lọwọ awọn agbara Satani. Nibiyi ninu Aisaya o sọ nipa isẹ asepe naa. Nibiyi ninu Johanu O wipe, "Bi awa ba ńrìn ninu imọlẹ, bi on ti mbẹ ninu imọlẹ, awa ní ìdàpọ̀..."

Kini o sẹlẹ? Ẹnikan jade lọ lati ibi, wọn si da ẹsẹ, n wọn si wa saarin awọn ará. Kini o sẹlẹ? Oo, gbogbo wọn lẹsẹkanna wọn kii se arakunrin wọn. Bẹẹni. Iwọ o dani àjèjì laarin wọn. Kini idi? Nitori ti o ti jade kuro ninu ìmọ́lẹ̀, imọlẹ ti o si wa ninu awọn ara yoo jẹ eyi ti ko ba ọ lara mu. **Kiki oun ti o nilo lati se ni ki o pada sinu imọlẹ, ki o si béèrè ki Jesu dariji ọ.** Lẹsẹkẹsẹ yoo dariji wa, nigba naa ni a bẹrẹ si n rin ninu imọlẹ lẹẹkan si. A si wa le e darapọ mọn awọn ará pada nisisiyi ki a si ni ìdàpọ̀ pẹlu wọn. Jesu wipe Oun ti yan alaafia fun wa. Ati alaafi naa ni O fi fun wa.

Nigba ti Jesu pada wa lẹyin ti o jíǹde ninu oku, ohun akọkọ ti O sọ fun awọn ọmọ eyin Rẹ ni, "Alaafia fun yin." Oun ti Oluwa n wi ni pe, "Mo ti fi alaafia mi fun yin." Kilode ti o n gba ọta laaye lati gba alaafia naa lọwọ rẹ? Ti o ba se asise kan, kìkì oun ti o nilo ni lati beere ki O dariji ọ, alaafia naa yio si pada sọdọ rẹ. Alaafi Rẹ ti O ti fi fun wa ni. Ti awa nipa ẹnu wa tabi nipa ìse wa ba ju alaafia naa nu, a nilo lati pada sibi ti a ti jùú nu ki a si mu pada. Ọlọrun ni eyi fun wa, ti a ba jẹ ki O fi fun wa. **Sugbọn o ko le ni àdàpọ̀.**

Mo selodi gidigidi si díẹ̀ ninu awọn oun ti Kristiẹni fi aaye gba lode oni, nitori gbigba oun ti o tọ́ láàyè ni. Ti a ba si gba oun ti o tọ láàyè, ki a kuku sọ fun Jesu pe "ó dàbọ̀," nitori ti a o de ibẹ̀, o ki yoo pade Rẹ. Rara, o ki yoo pade Rẹ! O ko le e wa pẹlu ìgbàkugbà rẹ nisalẹ nibi, pẹlu awọn buburu ti o kọ - ti o kọ̀ lati jẹ ki Jesu fun wọn ni alaafia pipe. **Ọkan lara awọn ààmìn ìwàpẹ̀lú Ọlọrun to lagbara ju ni alaafia Rẹ.** Jesu fi fun awọn ọmọ ẹyin Rẹ lọgan. Nigba ti O wa lati ri wọn lẹyin ti O jinde ninu oku, O fi allafia Rẹ fun wọn. O ti yan alaafia fun ẹnikọọkan wa, o si kù fun wa boya a o yan an. Ti a ko ba yan an, nigba naa, mo ti ka oun ti yoo sẹlẹ si ọ. Iwọ yoo lọ si ọdọ awọn ika. Oun kan ti mo mọn, **Ọlọrun ko fẹ ki a pọn Kristiẹni loju.** Ti a ba n pọn ọ loju, o ni lati tii danu, Fi fun Ọluwa, alaafia Rẹ yoo si pa ọ mọn. Ti o ko ba gba Ọrọ Rẹ gbọ, ma beere pe ki O se ounkoun fun ọ. O wipe fun awọn ti o gbagbọ, oun gbogbo ni sise. Yoo mu ki o seese. Yoo se e fun wa sugbọn a gbọdọ fẹ lati jẹ ki O se e. **Tiwa ni loni bi a ba fẹ ẹ.**

VII. Awọn Iriri Ton Yi Aye Pada Meji

Mo ni awọn iriri meji ni aye mi. Awọn iriri meji ti o se pataki gidigidi ni aye mi ti o yi aye mi pada patapata, ti o si fun mi ni alaafia Rẹ. Mo n di bíbàjẹ́, kii se latọwọ idile mi, sugbon nipa **oun ti mo n ro.** A ko ni lati jẹ ki oun ti awọn eniyan n se tabo sọ kan wa. **Ti o ba kan wa, yio pa wa lara.**

Iya mi ku nigba ti mo jẹ ọmọ ọdun 11, pẹlu awọn aburo ọkunrin ati obinrin marun. Baba mi ko dáná rí, ko mọn ounkoun nipa awọn ọmọdé, nitori ibi ti o ti n sisẹ jina sílé lọpọlọpọ igba. Mo ni awọn aburo ọkunrin ati obinrin marun. Boya ẹ ko mọn oun ti awọn aburo ọkunrin ati obinrin maa n se, pààpàá ti wọn ko ba ni iya ti wọn ko si ni ẹnikankan ni isakoso wọn. Wọn yoo fun mi ni asiko to soro. Wọn wipe, "Tani iwọ ro pe o jẹ? O ko le sọ oun ti a o se fun wa." Kini e si lero pe o gbilẹ ninu mi? Ọpọlọpọ iporuuru ati "ìdòtí".

Lẹyin naa, nigba ti mo pe ọdun 16 mo fi aye mi fun Oluwa. Nigba naa ni ogun sẹsẹ wa bẹrẹ! Awọn ọkunrin ati obinrin to dagba diẹ wipe, "Ẹlẹsìn-àgbàsódì ni!" Wọn mu awọn ọmọde, wọn si mu wọn lọ si ibomiran ni ìpínlẹ̀, a ko si gbami laaye lati lọ bẹ wọn wo, nitori mo jẹ "Ẹlẹ́sìn-àgbàsódì". Wọn sọ orisirisi itan nipa mi, ti o jẹ pe, bẹẹni, o n pada bọ wa fi eti rẹ gbọ ọ. Ni asiko yii mo n gba ayorisi awọn nkan wọnyi lati pami lara. Mo ni ipe; mo mọn oun ti Ọlọrun fe ki n se, sugbọn idile mi niyi nibi.

Ẹ wo o, kò tọ́ ti a b a n dìrọ̀ mọn idile, nigba ti Ọlọrun n gbiyanju lati pin wa niya pẹlu idile naa, ki O baa le se nnkan ninu aye wa. N ko ni isoro kankan pẹlu Ọlọrun; mo nifẹ Ọlọrun. Sugbọn n ko le e sin Ọlọrun nitori mo ni awọn "ẹrù" wọnyi ninu mi. Nitori naa mo n lọ sílẹ̀, lọ si ọna ti ko tọ, nitori mo gba oun ti awọn eniyan n sọ tabi se, tabi oun ti èsù se lati ba temi jẹ. Eyi kii se awada, oun to jẹ ọ̀kúnkúndùn ni.

Ni ọjọ kan Oluwa gba mi mú O si sọ fun mi lati gbe ọkan kuro lori idile mi. O wipe, "Emi ni idile fun ọ ti o jẹ idile Mi awọn yoo si jẹ idile rẹ." Ni ọjọ naa mo fẹ́ẹ́ de opin aye mi, emi si mọn. Mo mọn pe n ko le e lọ siwaju mọn ati pe Oluwa mì mí jìgìjìgì. O mì mí. O wipe, "Mo ti ni ki gbe ọkan kuro lori idile idile naa, o ko si tii gbọran simi lẹnu. Ni bayi Mo n paá lásẹ fun ọ lati se e." Nigba ti O si paa lasẹ fun mi lati se e, mo wipe, "Bẹẹni, Oluwa." Mo gbọkan kuro nibẹ. Mo gbọkan kuro nibẹ lẹsẹkẹsẹ Oluwa si mu gbogbo iranti to n mu inira wa jade, gbogbo oun ti mo ro pe o buruku ju, n ko le e sọ awọn oun to buruku ju wọnyi jẹ, nitori ti O mu wọn kuro O si ba wọn jẹ. Sugbọn mo nilo lati jẹ ki O se e.

Ti ounkoun ba wa ninu aye wa ti o n di wa lọwọ lati gba Jesu laaye ati ni isakoso patapata lori aye wa, a nilo lati mu nnkan yii kuro. Ti o ba jẹ eniyan kan ni tabi o jẹ oun kan, a nilo lati jọwọ awọn nkan naa. Notori mo jọwọ idile atijọ, loni ati lati awọn ọdun yii sẹyin Ọlọrun ti fun mi ni idile to rẹwà – idile Ọlọrun pẹlu gbogbo awọn ọmọ kékeré ti mo le e fẹran. Idile mi – wọn kii se idile mi mọn – n wọn kan jẹ "ìbátan" ti ko ni oun se pẹlu aye mi lati igba ti Jesu ti muu kuro. Sugbọn O ni lati muu kuro. Ti a ba dirọ mọn awọn oun ti Ọlọrun n ni ki jọwọ, yoo gba wa mu yoo o si pa wa run. Sugbọn ti a ba jọwọ rẹ, O ni oun ti o dara juu lọ gidigidi, **ti a ba gbaa laaye lati se e.**

Ọlọrun ni alaafia pipe fun ẹnikọọkan wa, ti a o ba gbaa laaye lati gbá ilé wa mọ́n ki O si mu gbogbo oun ti a tun fẹ maa dirọ mọn kuro. O jẹ oun ti o lagbara gidigidi, oun ti Ọlọrun yoo se laarin ọjọ diẹ. Ẹ wòó, Ọlọrun yoo se e fun gbogbo wa. Idi ti ọpọlọpọ wa tun fi n rin kiri pẹlu awọn ìsòro wa ni pe a kò tíì fi wọn fun-un.

Ni akoko miran mo n jisẹ iransẹ ni Ariwa California. Mo ti jisẹ iransẹ ni ẹmẹẹ̀rin lọjọ naa mo si lọ si yara mi, ati si ori ibusun mi. Ọlọrun wa sinu yàrá mi O si bẹrẹ sii sisẹ abẹ lori agbárí mi. Mo ni imọnlara pe O si i mo si wi fun-un pe, "Oluwa, kini O n se?" Mo mọn pe Oluwa ni. O da bi wipe mo n ri oun ti O n se bi O ti n se e. Mo wipe, "Oluwa, kini O n se?" O wipe, "Emi n mu oun ti ko yẹ lati wa nibẹ kuro nibẹ." Nigba naa ni mo ni imọlara ooru-ara, imọlara ooru diẹ lọ ninu gbogbo agbárí mi. Mo wipe, "Kini O n se?" O wipe, "Mo n fi Ẹmi Mi, imọlẹ Mi síbẹ̀, Emi si n mu gbogbo okunkun kuro." O si dé ibẹ̀ pa lẹsẹ kanna O si wipe, "Emi n ti ilẹkun naa, ki ọkankan ninu awọn nnkan wọnyi ma baà pada wa." O jẹ ìrírí to logo, ko si yipada laye mi lati ọjọ naa.

Awọn iriri mejeeji naa yi aye mi pada nitori Oluwa mu awọn oun naa kuro ti ọtá ì bá lò lati ba aye mi jẹ.

Oluwa wi fun mi pe èrò ọkàn ti a mọn ati èrò ọkàn ti a ko mọn dà bíi fọ́nrán ti a fi n ká ohun silẹ. Èrò ọkàn ti a ko mọn n ká gbogbo oun ti a n ri ati eyi ti a n gbọ lati igba ti a ti jẹ eniyan sílẹ̀. Gbogbo rẹ ni a ka silẹ. Gbogbo awọn "idọti" ti o n wo lori móhùn-máwòrán, gbogbo oun ti o maa n gbọ́ lori rédíò, gbogbo ere orí-ìtàgé ti o lọ wo, gbogbo awọn nkan wọnyi ni a n ka sílẹ̀, nibiyi.

Ko si aaye tó tó mọn fun ọ lati lo ọpọlọ rẹ, nitori gbogbo ẹ lo ti lú mọ́n èérí. Sugbọn Oluwa wipe, Oun ni ẹnikan soso ti o lee paá rẹ́, yio si paá rẹ́ kuro fun wa... ti a ba gbaa laaye. Oun ti o si se fun mi nìyí. Ko pin mi niya pẹlu awọn eniyan nikan, O mu awọn ọ̀nà ìrònú kuro ki emi ma baa jẹ ki awọn nkan wọnyi kóbá aye mi. Ọlọrun yi aye mi pada ki n baa le e farada iwa awọn eniyan, ki n baa le e gbe pẹlu awọn eniyan ati ki n baa le e gbọ Ọ ki n si gbọran si asẹ Rẹ.

Ọlọrun fẹ se e fun gbogbo wa ti a ba fẹ ki O yi aye wa pada ki a baa le di irinsẹ́ ifẹ ati alaafia Rẹ, irinsẹ ayọ ati ododo Rẹ. O ku síwa lọwọ. Ihuwasi n fun mi iporuuru ọkan. **A n gbe ige-aye to kere si oun ti Ọlọrun ti fi fun wa nigba ti a ba gba awọn nnkan wọnyi lati pawá lara.** Oluwa ni idahun loni ninu Ọrọ Rẹ: **bi a ba fẹ alaafia pipe, Oun yoo fi fun wa.** Yoo mu idamu ọkan kuro, yoo mu aniyan kuro.

VIII. Ikadiinilẹ Ati Adura

N ko lero pe eniyan kankan n bẹ nigba naa laye to ni idamu ọkan to buru to temi. Otitọ nìyẹn. Lati ọmọ kekere ni ọkan mi ti n daamu, gbogbo oun ti mo ní ni idaamu.

N ko ni ounkan miiran. Sugbọn, sibẹ, o ti jẹ iyanu to. **Ọlọrun fẹran wa pupọ** ti yi O fi mu ọmọbinrin kekere to dagba diẹ ni Ohio, ni pẹlu ẹsẹ̀ lasan ti ko si ja mọn nkankan, ti o kun fun ìrònú ti ko si le e rorí bo se yẹ ti O si yi aye rẹ pada ki Jesu baa le fun ni alaafia. Yio si fi alaafia naa fun ọ. **Alaafia Rẹ ti kii kọja lọ,** ti a ba rin pẹ̀u Rẹ. Ti a o ba gbaa laaye lati fi alaafia Rẹ fun wa, yoo maa pọ si ninu aye wa, yoo maa ni agbara kun agbara.

Nigba ti mo n tọ awọn ọmọ mi mo ni ipenija kan ni àgọ́ ara mi to le gan. Awọn ọmọ mi, ọmọbinrin mi jẹ ọdun 12, ọmọkunrin mi si jẹ ọdun 15, wọn nilo lati farada mi, ni ti ara mo jẹ ẹni ti o ni ìbàjẹ àìfọkànbalẹ̀.

Ati ni ọjọ kan mo lọ si ipade, mo mọn ẹni ti ọkunrin yii jẹ sibe mo fẹ lati lọ. Bi mo se rin wọnú ipade rẹ, o wi fun mi, "Arabinrin, Oluwa n mu ọ lara da lọwọlọwọ yi kuro ninu ìdàrúdàpọ̀ àìfọkànbalẹ̀ ti o ti ni ni gbogbo ọjọ aye rẹ." O lọ bayi, o ti lọ! Lati ọjọ naa titi di oni n ko níi mọn. Mo ni alaafia Ọlọrun. Mo yin Ọlọrun fun ifẹ Rẹ, fun alaafia Rẹ, fun síse itọju wa lati tu wa silẹ ati lati mu ki a maa wa ni itusilẹ nipa alaafia Rẹ. Amin. O jẹ tiwa loni bi a ba fẹ ẹ.

Bi o ba fẹ lati maa gbe pẹlu awọn isoro rẹ, bi o ba fẹ lati maa gbe pẹlu awọn nnkan wọnyi, maa gbe pẹlu wọn nigba naa, sugbọn Ọlọrun ni itusilẹ fun ọ. O ni iwosan. O ni alaafia. Alaafia to lagbara gidigidi **loni** bi a ba fẹ ẹ.

O ku si ọwọ wa. "Oluwa, Iwọ ti yan alaafia fun wa." Mu ki gbogbo awọn iranti rẹ ko parun. Ọlọrun alagbara la n sin. O ti fi si ọwọ wa, kini awa yoo se pẹlu rẹ? Njẹ a o gbọran ki a si gbọ oun ti O sọ ki a si jẹ ko yi aye wa pada, tabi a o tẹsiwaju ninu ọna ti a n lọ? Emi o sọ ounkan fun ọ: mo mọn pe yoo buru sii ko si ni sàn rara àyàfi ti o ba gbaa laaye lati mu alaafia Rẹ wa ki O ai maa gbe ninu rẹ. Nitoriti Ọlọrun ti yan alaafia fun wa.

Alaafia Rẹ - ki a baa le e maa gbe ninu alaafia Rẹ, rìn ninu alaafia Rẹ, ki a si di orile-ede ododo nni ti n sọ́ otitọ. Adupẹ lọwọ Ọlọrun fun Ọrọ Rẹ. A ko nilo lati se itumọn rẹ. O jẹ oun ti O ba ni o jẹ. Mo maa n fẹ lati fi Ọrọ naa funni ki n si jẹ ki Ẹmi Oluwa sisẹ ọrọ sisọ nipa rẹ.

Baba, a yin Ọ, Jesu, a beere nisisyi ki O fọwọ kan gbogbo eniyan ti o gbọ ọrọ yi. Jesu, ounkoun ti O ba fun wa, O fi kun wa. Oluwa, O mọn aini gbogbo eniyan, ẹnikọọkan ati ẹni gbogbo. O mọn aini wọn lọwọlọwọ yi Oluwa, O ni sètò fun wọn lati ni alaafia. Bi wọn se duro niwaju Rẹ, ki O wo ọkan gbogbo, ẹmi gbogbo, ìsesí gbogbo, oun gbogbo ti ko ri bíírẹ. Jesu, mo beere ki O rin laarin awọn eniyan wọnyi ki o se tu wọn silẹ. Awọn ti o fẹ itusilẹ, Oluwa, mo yin Ọ. Ọrọ yi ni O ti ran si wa. O ti fi fun wa ni mimọ ati laini àbùlà. O ti fi Ọrọ taara ti o wa fun wa, ni akoko yi. Nisisiyi, Oluwa, mo beere ki O wa ọkan gbogbo, ẹmi gbogbo, eniyan gbogbo. I beere nisisiyi ki O se isẹ naa ninu gbogbo eniyan ti o fẹ ki O se e **ki wọn ki o le di ominira**. Ọlọrun, a beere lọwọ Rẹ nisisiyi lati rin laarin awọn eniyan wọnyi. Ni orukọ Jesu, Amin.

LET'S REVIEW

AGBEYẸWO: GBIGBA ALAAFIA ỌLỌRUN TO SE DEEDE LAAYE

Di Awọn Alafo Wọnyi

1. "Ẹ ṣi ilẹkun bodè silẹ, ki orilẹ-èdè _____ ti ńṣọ́ _____ ba le wọ ile."
2. "Iwọ o pa a mọ li _____ _____, _____ ẹniti o simi le Ọ: nitoriti o _____ Ọ."
3. "Ẹ gbẹkẹle Oluwa titi lai: nitori Oluwa Jehofa li _____ aiyeraiye."
4. "Nigbati _____ Rẹ mbẹ ni ile, awọn ti mbẹ li aiye yio kọ́ _____."
5. "Oluwa, iwọ o fi idi _____ mulẹ fun wa."
6. "Ki ẹ má si da ara nyin pọ̀ mọ́ aye yi, ṣugbọn ki ẹ _____ lati di _____ ni iro-inu nyin."
7. "Ṣugbọn bi awa ba ńrìn ninu _____ bi On ti mbẹ ninu imọlẹ, awa ní _____ pẹlu ara wa, èjẹ Jesu Kristi _____ ____ ____ kuro ninu ẹṣẹ gbogbo."

Bẹẹni tabi Bẹẹkọ

1. ___ Ọrọ Ọlọrun ni idahun si gbogbo ìjàgùdù ninu aye wa.
2. ___ Oun ti o sọ wa di Kristiẹni ni pípa otitọ mọ.
3. ___ Gbigba oun ti o tọ́ láàyè n pa awọn Kristiẹni lara lode òní.
4. ___ Idi ti a ko fi ni alaafia pipe ni wipe ọkan wa ko sinmin le E.
5. ___ Awọn idajọ Ọlọrun selòdì si eniyan.
6. ___ Awọn oluwa miiran wọnú aye wa nitoti a kò yan otitọ.
7. ___ "Ogbologbo okunrin ẹsẹ" nni jẹ ègún ti isubu eniyan fi si ori wa.
8. ___ "Ti a ba dirọ mọn Oluwa sinsin, ti a sì se oun ti O sọ, isẹ agbára nnì ti O ti fun wa jẹ́ pipe ninu Jesu Kristi."
9. ___ "Ti a ba se asise, ti a ba sẹ̀, a ó wa sọdọ rẹ, a o si beere ki O dariji wa lẹsẹkẹsẹ, yi O si wẹ wa mọn kuro ninu gbogbo ẹsẹ."
10. ___ "Ti awa, nipa ẹnu wa ati awọn ìse wa, ba sọ alaafia naa nu, nigbana ni a nilo lati pada si ibi ti a ti sọọ́ nù ki a si mu pada."
11. ___ Ti ounkoun ba wa ninu aye wa ti o n di wa lọwọ lati gba Jesu laaye ki O gba isakoso aye wa patapata, a nilo lati ju ouǹkan yii nu.
12. ___ Èrò ọkàn ti a mọn ati èrò ọkàn ti a ko mọn dà bíi fọ́nrán ti a fi n ká ohun silẹ.
13. ___ Oluwa nìkan ni ẹni ti o le e pa gbogbo oun ti a ti fi kun ọkàn wa rẹ.
14. ___ Awọn idajọ Ọlọrun wà lati ba isẹ Satani jẹ.

Sisopọ

1. ___ Ibi ti otitọ lọ
2. ___ Ipo ti Ijọ Kristiẹni wa
3. ___ Tani yoo tẹ ilu naa mọlẹ̀?
4. ___ Yoo mu awọn oluwa atijọ kuro
5. ___ Ọlọrun ko fẹ ki awọn Kristiẹni
6. ___ Èrò ọkàn ti a mọn ati èrò ọkàn ti a ko mọn
7. ___ Idahun ti a ri nibi yii
8. ___ Ọlọrun yan fun wa
9. ___ "ọjọ naa"
10. ___ Maa n fa ironu
11. ___ Ògbólògbó okunrin ẹsẹ̀
12. ___ Ìtẹ̀bọmi maa n mu kí á

Ori 2

IHUWASI TABI IBI-GIGA

Matiu 5 Àwọn tí Ayọ̀ Wà fún (bíátítúdì)

"Kini idi ti a fi ni aw! n ibukun yii? A ni wọn toripe Ọlọrun n kọ wa lati ni ihuwasi ti o tọ́. O sòro fun eniyan lati ni ihuwasi ti o tọ́.
  Ọna kan ti o daju ti a fi le e ni awọn ihuwasi ti o tọ́ ni lati ni Jesu ninu wa. Kii kàn-án se Jesu ninu wa, sugbọn ifẹ Rẹ ti O gbọ́dọ̀ fi sinu wa. Mo ri ọpọlọpọ ẹran-ara. Mo ri oun ti a n pe ni ifẹ eniyan. Sugbọn kò tó lati yi ihuwasi wa pada. O pe fun Ọlọrun lati yi awọn ihuwasi wa pada. Iwọ le e wipe, "O kò gbé layika awọn eniyan ti emi n gbe. O ko mọn awọn eniyan ti emi mọn." Iwosan kan lo wa, eyi ni Jesu.
  Kii se Jesu fun ilaji-ọna, sugbọn Jesu ni gbogbo ọna. Ifẹ Rẹ ninu oun gbogbo! Wọnyi ni awọn òfin fun wa lati tẹ̀lé. Mo maa n lero tẹ́lẹ̀ pe awọn bibeli yii wa fun wa lati de ọ̀run. Rara, wọn wa fun wa lati tẹ̀lé ni. Dáwọ́ duro na ki o si se àgbéyẹ̀wò awọn ihuwasi wa ki o si rii boya a n sojúu Jesu tabi a n sojúu ẹran-ara wa. Mo ti gbọ awọn eniyan ti wọn wipe 'Wọn ni lati fẹran mi. Bi emi se ri niyẹn. Bi wọn ko ba

fẹran bi mo ti ri eyi buru pupọ. Wọn ni lati doju kọ ọ.' A nilo lati se ìdámọ̀ pe Jesu ni o n yi aye wa pada. A le e se bo ti wu wa, a lérò pe a n se e bi o ti tọ́ sugbọn o n fara han ninu igbe aye wa lojoojumọ ati ninu awọn ihuwasi wa. Ọna ti a n gba ba ara wa sọrọ, bi a se n se si ara wa.

Mo fẹ se afihan Jesu tootọ fun ọ lálẹ́ yi. Jesu Kristi nni ti Ọlọrun ran sinu aye nitoriti O fẹran aye ti O dá tóbẹ́ẹ̀ – O fẹ ki gbogbo eniyan ninu aye o mọn ọmọ Rẹ, Jesu. Eyi tun ni ọkan Baba. A wo aye yiigbogbo rẹ si jẹ ìdàrúdàpọ̀. Nigba ti Ọlọrun mu idajọ Rẹ wa – o buru ju ìdàrúdàpọ̀ lọ.

Kini oun ti a o se? "Oun kan ni o wa ti Ọlọrun n retí lati ọdọ wa – pe ki a dabi Jesu." Àfàyọ lati inu isẹ-iransẹ "Ifẹ Ọlọrun" lati ọwọ *Rev. Agnes I. Numer*

> "Ni òwúrọ̀ ọjọ kan mo ji ni bi agogo mẹfa(6) mo si lọ si isalẹ ni agogo mẹfa àbọ̀ (6:30). Mo ri Annella, ti o duro ti Agnes ni alẹ, mo si wi fun pe n o duro ti Rev. Agnes I Numer fun ilaji wakati to ku ti agogo meje yoo fi lu. Agnes n su lọwọ mo si sakiyesi pe o ti yọ afẹfẹ oxygen rẹ kuro. Bi mo se n da pada fun ni o ji o si bẹrẹ si n beere awọn ibeere... gẹgẹ bi ise rẹ. Mo beere lọwọ rẹ bi yoo ba fẹ ki n ka bibeli fun, o wipe "Bẹẹni", bẹẹni.
>
> Bi mo ti n ka iwe Matiu, a de ori Kaarun. O jẹ imọnlara ti ko wọpọ lati ka Matiu ori kaarun fun obinrin naa ti o ti kàá fun mi fun ọpọ ọdun. Awọn aworan wa si ọkan mi nipa bi Agnes ti maa n sọ fun wa lati gbe iwe atúmọ̀n-èdè fun awọn ọrọ tuntun ti a o ka ninu bíátítúdì. Mo ranti pe o jẹ ọkan lara awọn ẹkọ akọkọ ti o fi kọ wa. Ọlọrun ná ọpọlọpọ lori wa. Lo bíátítúdì gẹgẹ bi ayẹwo ìlera ẹ̀mí. Mo ri awọn agbọn ti mo ti jẹ àìpé mo si bẹ Ọlọrun ko mu okùn ìwọ̀n Rẹ wa si awọn agbọn aye mi

naa, "ki o baa le jẹ ni igbẹyin, emi ki yoo sáré ìje naa lasa."

— TERESA SKINNER

Ẹ jẹ ki a se ayẹwo ìlera ẹmí.

Ka awọn ẹsẹ bibeli isalẹ yii ki o si dahun awọn ibeere fun ijiroro.

Matiu 5:
1 Nigbati o si ri ọ̀pọ̀ eniyan, o gun ori òkè lọ: nigbati o si joko, awọn ọmọ-ẹhin rẹ̀ tọ̀ ọ́ wá
2 O si ya ẹnu rẹ̀, o si kọ́ wọn, wipe,
3 Alábùkún-fún li awọn òtòsì li ẹmí: nitori tiwọn ni ijọba ọrun.
4 Alábùkún-fún li awọn ẹniti nkãnu: nitoriti a ó tù wọn ninu. 5 Alábùkún-fún li awọn ọlọ́kàn-tútù: nitori nwọn o jogún aye.
6 Alábùkún-fún li awọn ẹniti ebi npa ati ti ongbẹ ngbẹ sipa ododo: nitori nwọn ó yòó.
7 Alábùkún-fún li awọn alãnu: nitori nwọn ó ri ãnu gbà.
8 Alábùkún-fún li awọn oninu-funfun: nitori nwọn ó ri Ọlọrun.
9 Alábùkún-fún li awọn onilaja: nitori ọmọ Ọlọrun ni a ó ma pè wọn.
10 Alábùkún-fún li awọn ẹniti a ṣe inunibini si nitori ododo: nitori tiwọn ni ijọba ọrun.
11 Alábùkún-fún li ẹnyin, nigbati nwọn ba nkẹgan nyin, ti

nwọn ba nṣe inunibini si nyin, ti nwọn ba nfi èké sọrọ buburu gbogbo si nyin nitori tèmi.

12 Ẹ mã yọ̀, ki ẹnyin ki o si fò fun ayọ̀: nitori èrè yin pọ̀ li ọrun: bẹ̃ni nwọn sáà ṣe inunibini si awọn wòlî ti o ti nbẹ ṣaaju nyin.

13 Ẹyin ni iyọ̀ aye: ṣugbọn bi iyọ̀ ba di òbu, kini a o fi mu u dùn? kò nilari mọ́, bikoṣepe a dà á nù, ki o si di itẹmọlẹ li atẹlẹsẹ eniyan.

14 Ẹyin ni imọlẹ aye. Ilu ti a tẹ̀dó lori òkè ko le farasin.

15 Bẹ̃ni a kìí tan fitila tan, ki a si fi i sabẹ òsùnwọ̀n; bikoṣe lori ọ̀páa fitila, a si fi imọlẹ fun gbogbo ẹniti nbẹ ninu ile.

16 Ẹ jẹ ki imọlẹ nyin ki o mọlẹ tobẹ̣ niwaju eniyan, ki wọn ki o le maa ri iṣẹ rere yin, ki wọn ki o le ma yin Baba yin ti nbẹ li ọrun logo.

Kini Iwe Atumọn-ede sọ nipa awọn ọrọ wọnyi ninu Matiu 5?

Òtòsì li ẹ̀mí
ikãnu
ọlọ́kàn-tútù
ododo
alãnu awọn
onilaja ṣe
inunibini si

Kọ́ nipa awọn ọrọ wọnyi ki o si kọ itumọn Giriki wọn silẹ

ijọba ọrun
tù wọn ninu
jogún aye yòó
nitori nwọn o yo
ri ãnu gbà
oninu-funfun
ó ri Ọlọrun
ọmọ Ọlọrun
nitori ododo

Bawo ni ẹsẹ bibeli yii se ni ibamu pẹlu awọn "Ihuwasi" mi?

Awọn bíátítúdì nni wipe awa ni imọlẹ aye – bawo ni o se ri ara rẹ gẹgẹ bi imọlẹ ni aye yii?
Bawo ni o se n "fi imọlẹ fun" gbogbo awọn ti o wa ninu ile?
Ka awọn ẹsẹ bibeli to wa nisalẹ ki o si dahun awọn ibeere fun ijiroro.

Matiu 5:
17 Ẹ máṣe rò pe, emi wá lati pa ofin tabi awọn wolii run: emi kò wá lati parun, bikoṣe lati muṣẹ.
18 Lootọ ni mo sáà wi fun nyin, Titi ọrun on aye yio fi kọja lọ, ohun kíkiní kan ninu ofin kì yio kọja, bi o ti wù ki o ri, titi gbogbo rẹ̀ yio fi ṣẹ.
19 Ẹnikẹni ti o ba rú ọkan kíkiní ninu ofin wọnyi, ti o ba si

ńkọ́ awọn eniyan bẹ́ẹ̀, on na li a o pè ni kíkiní ni ijọba ọrun: sugbọn ẹnikẹni ti o ba nse wọn ti o ba si ńkọ́ wọn, on na li a o pè ni ẹni-nla ni ijọba ọrun.

20 Nitori mo wi fun nyin, bikoṣepe ododo nyin ba kọja ododo awọn akọ̀wé ati ti awọn Farisi, ẹnyin kì yio le de ilẹ-ọba ọrun bi o ti wù ki o ri.

21 Ẹnyin ti gbọ́ bi a ti wi fun awọn ará igbanni pe, Iwọ ko gbọdọ paniyan; ẹnikẹni ti o ba paniyan yio wà li ewu idajọ:

22 Sugbọn emi wi fun nyin, ẹnikẹni ti o binu si arakunrin rẹ̀ lasan, yio wà li ewu idajọ; ati ẹnikẹni ti o ba wi fun arakunrin rẹ̀ pe, Alainilari, yio wà li ewu ajọ awọn igbimọ; sugbọn ẹnikẹni ti o ba wipe, Iwọ aṣiwere, yio wà li ewu iná ọrun apadi.

23 Nitorina bi iwọ ba nmu ẹ̀bùn rẹ wá si ibi pẹpẹ, bi iwọ ba si ranti nibẹ pe, arakunrin rẹ li ohun kan ninu si ọ;

24 Fi ẹ̀bùn rẹ silẹ nibẹ̀ niwaju pẹpẹ, si lọ, kọ́ ba arakunrin rẹ làjà na, nigbana ni ki o to wá ìbun ẹbun rẹ.

25 Ba ọ̀tá rẹ rẹ́ kánkán nigbati iwọ wà li ọ̀nà pẹlu rẹ̀; ki ọ̀tá rẹ ki o má ba fi ọ le onidajọ lọwọ, onidajọ a si fi ọ le ẹṣọ́ lọwọ, a si gbé ọ sọ sinu tubu.

26 Lõtọ ni mo wi fun ọ, Iwọ kì yio jade kuro níbẹ̀, titi iwọ o fi san õkan ti o ba kù.

27 Ẹyin ti gbọ́ bi a ti wi fun awọn ará igbanni pe, Iwọ ko gbọdọ ṣe pansaga:

28 Sugbọn emi wi fun nyin, Ẹnikẹni ti o ba wo obinrin kan lati ṣe ifẹkufẹ si i, o ti bá a ṣe pansaga tan li ọkàn rẹ̀.

Njẹ o mọn:

"O dín ni ọ̀kan laarin Kristiẹni ajinhinrere mẹwa gbà pé

pansaga, ibalopọ ọkunrin si ọkunrin, aworan oníhòhò, ọ̀rọ̀kọrọ̀, ìmutípara ati oyún sísẹ́ jẹ itẹwọgba pẹlu igbe aye rere."

— Isewadi Barna, Osù Kesan 2003

Sí Ìjọ Tiatira: "Ṣugbọn eyi ni mo ri wi si ọ, nitoriti iwọ fi aye silẹ fun obinrin nnì Jesebeli ti o pe ara rẹ̀ ni woli, o si nkọ awọn iranṣẹ mi o si ntan wọn lati maa ṣe àgbèrè, ati lati maa jẹ ohun ti a pa rubọ si oriṣa." Ifihan 2:20

Ko nii se pupọ nipa oun ti ará yooku n se; o da lori oun ti emi n se pupọ. Bawo ni awọn ẹsẹ bibeli to tẹle eyi se fi otitọ Bibeli han wa?

Bawo ni iwọ ati emi se n se ati bi a se n fi awọn ofin yii kọ ni?

Ka ẹsẹ 27-28 Oni ni ọjọ naa lati yẹ ọkan wa wo. Bawo ni o se ri ara rẹ ninu ríran ijọ rẹ lọwọ lati rin ninu iwa mimọ ni awọn agbọn wọnyi?

Ni awọn igba miiran a maa n sọ ọpọlọpọ nkan... njẹ a maa n sọ oun ti a fẹ se ati se a maa n se awọn oun ti a ba sọ? Se awọn oun ti a sọ ni itumọn?

Mat 5:44 Sugbọn emi wi fun nyin, Ẹ fẹ awọn ọ̀tá nyin, ẹ sure fun awọn ẹniti o nfi nyin ré, ẹ soore fun awọn ti o korira nyin, ki ẹ si gbadura fun awọn ti nfi àrankàn ba nyin lò, ti nwọn nse inunibini si nyin;

Lonia ọ̀pọ̀ lo korira wa tabi ti wọn ko le e fara da wa. Bawo ni a se le e se apẹrẹ ifuhuwa ẹsẹ bibeli oke yii ninu igbe aye wa ojoojumọ?

Mat 5:46 Nitori bi ẹyin ba fẹ awọn ti o fẹ nyin, ọpẹ́ kili ẹyin ni?

Bẹẹ gẹgẹ ki awọn agbowode nse?

O ti rọrun to lati gbagbe...

Mat 5:47 Bi ẹnyin ba si ńkí kìkì awọn arakunrin nyin, kili ẹ ṣe ju awọn ẹlomiran lọ? bẹẹ gẹgẹ ki awọn agbowode nṣe? O ti rọrun to lati gbagbe... Paapaa julọ bi a ba ro pe a jẹ ẹnikan, Pasitọ, Adari...

Mat 5:48 Nitorina ki ẹyin ki o pé, bi Baba yin ti nbẹ li ọrun ti pé.

O ti rọrun to lati gbagbe afojusun wa... ...lati dabi Jesu ninu oungbogbo ti a ba se.

AGBEYẸWO: IHUWASI TABI IBI-GIGA

1. Kini idi ti Jesu fi fun wa ni awọn bíátítúdì?
a. O fẹ ki igbe aye wa sòro
b. Ọlọrun n kọ wa lati ni ihuwasi tó tọ́.
d. O fẹ ki a ni awọn ẹsẹ ti o pọ si lati kọ sọrí

2. O sòro fun eniyan lati ni ihuwasi tó tọ́.
a. Bẹẹni
b. Bẹẹkọ

3. Ọna wo ni ọna kan soso to daju ti a fi le e ni awọn ihuwasi tó tọ́?
a. Sise àsàrò ninu Bibeli ni gbogbo igba
b. Àwẹ̀ ati kíkó ara wa nijanu
d. Beere lọwọ Ọlọrun fun Ifẹ Jesu ninu Ọkan wa d. Gbogbo nnkan wọnyi

4. Ifẹ eniyan to lati ni ayọ̀(bíátítúdì) fun gbogbo eniyan.
a. Bẹẹni
b. Bẹẹkọ

5. Awọn wo ni o yẹ ki a fi Ifẹ Ọlọrun han si?
a. Awọn ẹbí wa
b. Awọn ọrẹ wa
d. Awọn ọta wa
e. Awọn eniyan ninu ijọ wa ti a ko mọn ẹ. Gbogbo eyi to wa loke

6. Bawo ni bibeli yii se nii se pẹlu "Ihuwasi" mi? a. O fi han mi bi o se yẹ ki awọn yooku maa se si mi
b. Ko ni isepataki
d. Adari ni mi n ko si nilo bibeli yi
e. O fi han mi ibi ti mo ti nilo lati yipada

7. Bawo ni o se n "fi imọlẹ fun" gbogbo awọn ti o wa ninu ile? (O kere ju, yan mẹrin)
a. Maa bi Ọlọrun bi a ti n fẹran ẹlomiran
b. Maa sọ nipa bibeli fun awọn miiran koda nigba ti wọn o ba fẹ lati gbọ́ ọ
d. Maa ba awọn eniyan miiran sọrọ nipa awọn oun to nii se pẹlu wọn e.
e. Maa sọ nipa Jesu fun awọn eniyan miiran
ẹ. Maa ja fun ẹtọ ẹyà mi ati awọn anfani ẹléyàmẹ̀yà
f. Maa pe awọn eniyan miiran wa sile ìjọ́sìn
g. Maa se alaye lati yi ọkan awọn eniyan miiran pada nipa afojuwo mi ninu òsèlú
gb. Maa fi ounjẹ fun awọn ti ko ni

8. "Ṣugbọn eyi ni mo ri wi si ọ, nitoriti iwọ fi aye silẹ fun obinrin nnì Jesebeli ti o pe ara rẹ ni woli, o si _____ _____ _____ _____ o si ntan wọn lati maa ṣe

_____, ati lati maa jẹ ohun ti a pa rubọ si oriṣa." Ifihan 2:20

9. Bíátítúdì nni kọ wa lati se afihan ifẹ Ọlọrun si awọn ti wọn ko ni ifarada fun wa ninu igbe aye wa ojoojumọ.
a. Bẹẹni
b. Bẹẹkọ

Ori 3

OLUWA, IWỌ TI FI IDI ALAAFIA MULẸ FUN WA

Aisaya 26:12 "Oluwa, iwọ o fi idi alafia mulẹ fun wa: pẹlupẹlu nitori iwọ li o ti ṣe gbogbo isẹ wa fun wa. 13 Oluwa Ọlọrun wa, awọn oluwa miran lẹhin rẹ ti jọba lori wa: ṣugbọn nipa rẹ nikan li awa o da orukọ rẹ sọ. 14 Awọn okú, nwọn kì yio yè; awọn ti ngbe isà-okú, nwọn kì yio dide; nitorina ni iwọ se bẹ wọn wò ti o si pa wọn run, ti o si mu ki gbogbo iranti wọn parun."

"OLUWA, IWỌ O FI IDI ALAFIA MULẸ FUN WA..." Kini idi ti o fi sọ ọ bayi? O sọ ọ nitori O ti yan-an, O fẹ fun wa – sugbọn o ku sọwọ wa lati gbà á. O wipe, "Mo fẹ ki ẹ ni alaafia." Ti O ba ti fi idi alaafia mulẹ fun wa, nigba naa ni a nilo lati gba alaafia naa. O tun ti se – ti i se lati lù tabi rọ gbogbo awọn isẹ wa ninu wa... gbogbo oun ti a jẹ ni O le e sọ wa di.

Kii se ifẹ wa ni o fun wa lagbara lati ni alaafia – a kan le e ni i bi a ba le gba a. Ti a ba n poruru ọkan dipo ki a gba alaafia Rẹ nigba naa ni a ko ni ni alaafia. Awọn oluwa miiran ja wa lólè alaafia naa. Jesu wipe, "Alaafia mi ni mo fi fun yin" sugbọn bi kò ba gba a – bawo ni a se le e ni i. Ti o ba ni awọn oluwa miiran ninu aye rẹ o ki yio ni alaafia ninu aye rẹ.

Ki a to le e ni alaafia Ọlọrun a nilo lati sọ ilé wa di mimọ nipa sise ìdámọ̀n awọn oluwa miiran ati ki a si kọ wọn silẹ. "Oluwa Ọlọrun wa, awọn oluwa miran lẹhin rẹ ti jọba lori wa: ṣugbọn nipa rẹ nikan li awa o da orukọ rẹ sọ." Awa ki yio darukọ awọn oluwa miiran yii mọn, awa yio kọ wọn silẹ a o si kede ni pato pe a ti pawọn ti. Ati nigba naa... a ko ni darukọ wọn mọ.

Ọlọrun wipe, "Awọn okú, nwọn kì yio yè; awọn ti ngbe isà-òkú, nwọn kì yio dide; nitorina ni iwọ ṣe bẹ wọn wò ti o si pa wọn run, ti o si mu ki gbogbo iranti wọn parun." Ọlọrun mu gbogbo awọn oluwa atijọ yii o si bawọn jẹ! Ti a o ba kan gba Jesu laaye lati mu awọn oluwa wọnyi ki O si bawọn jẹ, Ọlọrun yio mu ki gbogbo iranti wọn parun – a ki yio ranti awọn ounkan buburu nni mọn. A o ni alaafia Rẹ. Yio yi aye wa pada yio si fun wa ni alaafia Rẹ. Jesu wi fun ìjì naa "Alaafia duro jẹ." Ẹmi Mimọ fi Alaafia Rẹ nipa awọn ọmọ-ẹyin nigba ti wọn wàásù fun awọn eniyan. Bi awọn eniyan ba gba ọrọ wọn nigba naa ni alaafia duro. Bi awọn eniyan ba kọ ọrọ wọn, nigba naa ni Jesu wipe, "Ẹ gbọn eruku ẹsẹ yin silẹ." (Matthew 10:13.14)

Jesu fun wa ni alaafia yi loni. Awọn eniyan gbọdọ gba otitọ ki aye wọn ki o ba a le yipada, ti wọn ba kọ otitọ, wọn ki yio ni alaafia mọn. Ti o ko ba ni alaafia, bi ara rẹ leere ibi ti o wa ti o fi ju alaafia naa nu? Kini oun ti o n se? Kini Ọlọrun n sọ fun ọ lati se? Pada lọ sibẹ ki o si ri alaafia rẹ pada. Ọlọrun wipe, alaafia mi ni mo fi fun yin, kii se bi aye se n fii funni. Ẹma se jẹ ki ọkan yin daru, ẹ fi igbagbọ yin sinu mi, nitori Emi ni imọlẹ aye.

Bi o ba wa nita nibikan ti o ko si ni imọlara alaafia
Ọlọrun – duro ki o si bi Ọlọrun ni oun ti o sẹlẹ? Gbọran si
Ọlọrun lẹnu, o ko ni fẹ lati wa nibi ti kosi Ọlọrun. A ni lati ni
alaafia pipe lati tẹsiwaju ati lati se oun ti Ọlọrun fẹ ki a se. Ti
a ba ni otitọ ati ẹtàn – a ni ìdàrúdàpọ̀. Bawo ni a o se mọn
oun ti o yẹ ki a se? Bawọ ni a o se darí awọn miiran?

Njẹ ijọ tilẹ̀ mọn pe a le e kun fun alaafia pipe Rẹ? Aye
fẹ ọna tiwọn, sugbọn Jesu fẹ ki a wa sibi ìmọ́lẹ̀ naa. Bi awọn
yókù ba kọ otitọ naa a o tan wọn jẹ, sugbọn awa o duro pẹlu
igboya a o si ni alaafia pipe Rẹ.

Ni awọn igba miiran ti èsù ba n ba wa sọrọ o maa n
gbiyanju lati mu wa se iyemeji; mase tẹ́tí si i! Sọ fun wipe,
"O ko gbe ninu mi mọn!" O ko nilo lati maa ba èsù jiyan, o
ko nilo lati bẹru. Ọrọ Ọlọrun n bẹ ninu wa Oun si ni o n
pawa mọn kuro lọwọ ẹrù. Ko si ofin kankan to lodi si otitọ,
ifẹ ati alaafia: kosi enikankan tabi òfin kankan to le e gba
kuro lọwọ rẹ. Ti a ba gba ọrọ Ọlọrun gbọ nigba naa ni èsù
ko le e ni ipa kankan lori wa. Idanwo yoo wá ati nigba yii
gan-an ni a gbọdọ duro lori ọrọ Ọlọrun. Yio lo idanwo naa
lati mu wa lagbara si. Nigbati a dan Jesu wo O wipe, "A ti
kọọ́." O jẹ aṣégun lori ọ̀tá bẹẹ gẹ́gẹ́ si ni awa nitori a gbagbọ
ninu òtítọ́ Rẹ.

Ọlọrun ti fi idi alaafia mulẹ fun wa, O ti mu wa laa kọjá,
a ti dúró ninu otitọ, ati nisisiyi Ọlọrun le e lo wa lati ran
ẹlomiran lọwọ.

Oluwa Ọlọrun wa, nipa rẹ nikan li awa o da orukọ rẹ sọ -
awọn oluwa atijọ ti kú – ti wọn ba ti wa ni ipo òkú, wọn ti
ku. Ti a ba gbiyanju lati hú oun ti o ti kọja jade, oku ni a n
hú jade. Wọn ti lọ. Bi a ti n gba Ọlọrun laaye lati ni alaafia
pipe Rẹ ninu wa, **awọn oluwa atijọ ko ni wa laaye mọn.**
Oun lo fi idi rẹ mulẹ, O fẹ ẹ O si yan-an fun wa. Oun

gbogbo ti o ba wa ninu ifẹ Rẹ jẹ tirẹ - kini iwọ yio o se pẹlu rẹ?

Nibo ni a o ti ri otitọ naa? Ninu ọrọ Rẹ. Bawo ni iwọ yio se mọn pe o ni otitọ naa? Jesu wipe, "Emi ni ọna, otitọ ati imọlẹ naa." Oun ni Ọna pada sọdọ Baba. Ko si ọna miran.

Ninu ìbí titun **Ọmọ-aládé Alaafia wa lati gbé ninu wa.** Ti a ba jẹ́wọ́ ẹsẹ wa Yio dariji wa yio si fun wa ni alaafia Rẹ, Ìyè Rẹ, ifẹ Rẹ, yio si kún wa pẹlu imọlẹ Rẹ. Nigba naa ni a o sawari pe awọn ẹsẹ wa ti lọ, alaafia pipe si ti wa níbẹ̀. Ọrọ Rẹ ti a kọ silẹ gbọdọ lagbara ninu wa! Jesu ni Ọrọ Ìyè ninu wa.

Ọlọrun fẹ lo wa lati ran awọn miiran lọwọ. Lẹyin ti O ti mu alaafia yii wa sinu aye rẹ. O fẹ lo ọ bii imọlẹ ninu aye yii fun awọn ẹlomiiran.

Se ìdámọ̀n aini ti wọn ni, abala aye wọn ti ko ni alaafia. Jẹ ki wọn o ka Aisaya 26 ki wọn o si mọn pe eyi ni ni ifẹ Ọlọrun fun wọn. Pe Jesu ku O si ji dide pada, ki wọn o baa le e ni alaafia ati ìyè ayérayé. Gbadura pẹlu awọn ti o nigbagbọ fun isẹ-iyanu àrà yii ninu ọkan wọn, ninu ìmọ̀lára wọn ati ninu ẹ̀mí wọn. Ọlọrun yio wo ọgbẹ wọn sàn yio si bẹ awọn abala ijẹniya wọn wò, yio si mu alaafia wa fun wọn. Yio fihan fun wọn bi wọn se le e gba Oun laaye lati sọ wọn di okunrin tabi obinrin ti Ọlọrun. Fihan wọn lati ka ọrọ Rẹ ki wọn si dáa mọ̀. Gba wọn niyanju lati yago, ki wọn o si ma lọ si awọn ibi, tabi se awọn nnkan nibi ti awọn oluwa atijọ wọnyi ti ni ìsàkóso.

Onkan ti Ọlọrun se ni eyi, **Ọlọrun nikan ni o le e mu iru alaafia yi wa,** alaafia ti o ju ìmọ̀ lọ. A ko le e gba enikankan lọwọ ìnilára, Oun nikan ni o le e se e. Nigba ti O ba si se e, oh ògo nni! Oh ayọ̀ nni! A tu wa silẹ.

Ọlọrun yan alaafia fun ọ, O fẹ ẹ fun ọ... njẹ o se tan lati gba alaafia Rẹ nisisiyi?

Lati inu isẹ-iranse "Aisaya 26" lati ọwọ Rev. Agnes I. Numer

AGBEYẸWO: OLUWA, IWỌ TI FI IDI ALAAFIA MULẸ FUN WA

1. A ni agbara lati ni alaafia funra wa
a. Bẹẹni
b. Bẹẹkọ

2. Ọlọrun ti se ọna fun wa lati ni alaafia nipa:
a. Piporuru ọkan lori rẹ
b. Gbigbiyanju giri si lati ni i
d. Gbigba alaafia naa ti O fi fun wa

3. Lati ni alaafia, a gbọdọ mu awọn oluwa miiran yii kuro nipa:
a. Kíkọ̀ wọn silẹ
b. Fifun wọn ni iwe kuro nile mi
d. Jija ijakadi pẹlu wọn titi di owurọ

4. Ki aye wa baa le yipada, a gbọdọ
a. Ka ọpọ awọn iwe ti o n kọni bi a se n se nkan si
b. Maa ni ìkùnà lọpọ igba
d. Gba otitọ naa

5. A ko nilo lati bẹru èsù nitoripe
a. A mọ idajọ ọjọ iwaju rẹ
b. Ọrọ Ọlọrun wa ninu wa oun si ni O n gba lọwọ ẹru
d. A ni agbelebu ti a gbe bọ ọrùn wa

6. Ti Ọlọrun ba ti mu wa la a kọja, ti a si ni isẹgun a le e ran ẹlomiran lọwọ
a. Bẹẹni
b. Bẹẹkọ

7. Idanwo yio wa, yio si din agbara wa ku si
a. Bẹẹni
b. Bẹẹkọ

8. Awọn oluwa atijọ ti ku, wọn ti wa ni isa oku, wọn ko si ni ipa lori wa ayafi
a. Ti a ba sẹ̀ ni awọn ọna kan
b. Ti a ba pẹ ninu ijọsin isin ẹẹkan ju.We worship too long at one time
d. Bi a ba hú awọn oun atijọ jade

9. A le e ran awọn miiran lọwọ nipa jijẹ ki wọn mọn pe Ọlọrun fẹ ki wọn o ni alaafia
a. Bẹẹni
b. Bẹẹkọ

10. A le e gba ẹnikan silẹ lọwọ inilara, a si le e fun wọn ni alaafia yii
a. Bẹẹni
b. Bẹẹkọ

Ori 4
IJAGUN ẸMI

IJAGUN ẸMI MAA N RI NI GBOGBO IGBA BII OUN TI A N SE. Sugbọn Ọlọrun ni O n se e lati ipasẹ̀ wa, bẹẹni a ko si gbọdọ se e. Ọlọrun wa lati tu awọn òǹdè silẹ. O fẹ ki awọn eniyan Rẹ wa ni ominira ju bi awa ti fẹ ẹ lọ.

Nigba ti a n lọ ninu ẹkọ yii gboju soke sii fun ìtọ́ni atokewa Rẹ - awọn ti O fẹ ran lọwọ ati aanu Rẹ fun awọn ti a wo palẹ̀. Ranti pe oun ti a ba ri ti Ọlọrun n se nika ni a fẹ lati maa se. Bẹẹ pẹlu o dara pe a kò gbiyanju lati se ijagun ẹmi funra wa nikan, ni ẹnikan pẹlu rẹ ti o jẹ jagunjagun to kún òsùnwọ̀n.

Ogun naa kii se tiwa, **ti Ọlọrun ni. Olori ogun awọn ọmọ ogun**

Olori Ogun Awọn Ọmọ Ogun

Josua 5:13-15 O si se, nigbati Josua wà leti Jeriko, o gbé oju rẹ̀ soke o si wò, si kiyesi i, ọkunrin kan duro niwaju rẹ̀ pẹlu idà fifayọ li ọwọ́ rẹ̀: Joṣua si tọ̀ ọ́ lọ, o si wi fun u pe, Ti wa ni iwọ nṣe, tabi ti ọtá wa? 14 O si wipe, Bẹ́ẹ̀kọ́; sugbọn bi olori ogun OLUWA ni mo wá si nisisiyi. Joṣua si wolẹ niwaju rẹ̀, o si foribalẹ, o si wi fun pe, Kili oluwa mi ni isọ fun iranṣẹ rẹ̀? 15 Olori-ogun OLUWA si wi fun Josua pe, Bọ́ salubata rẹ kuro li ẹsẹ̀ rẹ; nitoripe ibi ti iwọ gbé duro nì ibi mímọ́ ni. Joṣua si ṣe bẹ̃.

Ọlọrun kò wà fun wa – àwa ni a wà fún n. Ninu igbe aye wa ojoojumọ maa fi oju wa awọn iyipada ti Ọlọrun n fẹ lati se. Kii se bi a ti fẹ lati yi ọ̀rẹ́ tabi ọkọ/aya wa pada. Ti ìdí pataki fun Ijagun Ẹmi ba doju kọ wa, ki a ranti pe Ọlọrun nifẹ ẹni naa ju bi awa se le e se lọ - to bẹẹ gẹ ti O fi ran Ọmọ Rẹ lati ku ati lati yè fun wọn. A gbọdọ̀ gba Ọlọrun laaye lati ja ogun naa.

Kọ́kọ́rọ́ Mẹta si Ijagun Ẹmi:

Kii se nipa Ipá, kii se nipa agbara bi ko se nipa Ẹmi Rẹ
   Sakaraya 4:6 O si dáhùn o si wi fun mi,
   pé, Eyi ni ọ̀rọ Oluwa si Serubbabeli wipe, Kì iṣe nipa ipá, kì iṣe nipa agbara, bikoṣe nipa Ẹmi mi, ni Oluwa awọn ọmọ-ogun wi.

Jesu se oun nni ti O ri ti Baba Rẹ se:
   Johanu 5:19 Nigbana ni Jesu dáhùn, o si wi fun wọn pe, Lõtọ, lõtọ ni mo wi fun nyin, Ọmọ kò le ṣe ohunkohun fun ara rẹ̀, bikoṣe ohun ti o ba ri pe Baba nse: nitori ohunkohun ti o ba nse, wọnyi li Ọmọ si nse bẹ̃ gẹgẹ.

Ejẹ Jesu – san gbogbo rẹ.
   Ọkan ninu awọn eré fîìmù ti o dara nipa ogun ti Jesu ja ni a le e ri ninu fîìmù ti a pè ni *Passion of Christ*. Ninu gbogbo iran oju ti o bani lẹru ti a safihan rẹ; a ri bi a ti na

Kristi lẹgba, a naa a si gbe kọ sori agbelebu, a nilo lati mọn pe awọn oun ti o bani lẹru ti Jesu la kọja ni tootọ ga ju eyi ti a le e se afihan rẹ ninu eré lọ.

Jesu san iye naa lati gba agbara lori èsù. A wa kàn ń gbà lati ibi agbara naa a si n rin ninu agbara naa ni.

Ẹ jẹ ki a se Agbeyẹwo – Olori-ogun awọn Ọmọ-ogun

Jagunjagun Naa

Ọlọrun maa n gba awọn onkan láyè ninu aye wa, kii se lati bàwá jẹ sugbọn lati kọ́ wa ati lati fi agbara kún wa.

Kọ ọwọ mi ni ogun – Orin Dafidi 18:34-40

31 Ta tún ni Ọlọrun, bíkòṣe OLUWA? Àbí, ta ni àpáta, àfi Ọlọrun wa?

33 O ṣe ẹsẹ mi bi ẹsẹ àgbọ̀nrín, o si gbé mi kà ibi giga mi. 34 O kọ́ ọwọ mi li ogun jija, tobẹ̃ ti apa mi fa ọrun idẹ. 35 Iwọ ti fi asà igbala rẹ fun mi pẹlu: ọwọ ọ̀tun rẹ si gbé mi duro, ati ìwà-pẹ̀lẹ́ rẹ sọ mi di nla. 36 Iwọ sọ ìrìn ẹsẹ mi di nla nisalẹ mi, ki kókó-ẹsẹ mi ki o máṣe yẹ̀. 37 Emi ti le awọn ọta mi, emi si bá wọn: bẹ̃li emi kò pada sẹhin titi a fi run wọn. 38 Emi ṣá wọn li ọgbẹ ti nwọn kò fi le dide, nwọn ṣubu li abẹ ẹsẹ mi. 39 Nitoriti iwọ fi agbara di mi li àmùrè si ogun na: iwọ ti mu awọn ti o dide si mi tẹriba li abẹ ẹsẹ mi. 40 Iwọ si yi ẹhin awọn ọta mi pada fun mi pẹlu; emi si pa awọn ti o korira mi run. Yẹ Samuẹli II 22:35 wo pẹlu.

Orin Dafidi kan. 1 OLÙBÙKÚN li oluwa apata mi, ẹniti o **kọ́ ọwọ mi li ogun, ati ika mi ni ija**: 2 Õre mi, ati odi-agbara mi; ile-iṣọ giga, ati olugbala mi; asà mi, ati ẹniti mo gbẹ̀kẹ̀le; eniti o tẹri awọn eniyan mi ba labẹ mi. Orin Dafidi 144:1, 2

(Nitori ohun ija wa kì ise ti ara, ṣugbọn o li agbara ninu Ọlọrun lati wó ibi giga palẹ̀;) Kọrinti II 10:4

Awọn eniyan ti sọ fun mi ri pe awọn n gbe ihamọra Ọlọrun ní ti ara wọ lojoojumọ. Mo sọ fun wọn pe "Emi ko bọ ọ silẹ ri." Asiko ìjàgùdù ni alẹ́ jẹ fun ọpọlọpọ eniyan. Ihamọra Ọlọrun jẹ ọ̀kan pẹlu gbigbe Jesu Kristi Oluwa wọ. Iwọ o gbe e wọ o ki yio si bọ silẹ. O ni awọn asiko pàtó ti a maa n tọka si ihamọra naa – ti a si maa n se idamọ iwulo rẹ. Riri i daju pe ọkan wá wà ni idaabobo ati pe a ko si awọn ilẹkun silẹ nipa pípárọ́ ati awọn ẹsẹ miiran

Ihamọra Ọlọrun

"10 Lakotan, ará mi, ẹ jẹ alagbara ninu Oluwa, ati ninu agbara ipá rẹ̀. 11 Ẹ gbe gbogbo ihamọra Ọlọrun wọ̀, ki ẹnyin ki o le kọ oju ija si arekereke Esu. 12 Nitoripe kì í se ẹ̀jẹ̀ ati ẹran-ara li awa n ba jijakadi, sugbọn awọn ijoye, awọn ọlọla, awọn alasẹ ibi òkùnkùn aye yi, ati awọn ẹ̀mí buburu ni oju ọrun. 13 Nitorina ẹ gbe gbogbo ihamọra Ọlọrun wọ̀ ki ẹnyin ki o le duro tiri si ọjọ ibi, nigbati ẹnyin bá si ti se ohun gbogbo tan, ki ẹ si duro. 14 Ẹ duro nitorina lẹhin ti ẹ ti fi àmùrè otitọ di ẹgbẹ nyin, ti ẹ si ti di ìgbayà ododo nnì mọra; 15 Ti ẹ si ti fi imura ihinrere alafia wọ ẹsẹ nyin ni bàtà; 16 Lékè gbogbo rẹ̀, ẹ mu apata ìgbàgbọ́, nipa eyiti ẹnyin ó le mã fi paná gbogbo ọfa iná ẹni ibi nnì. 17 Ki ẹ si mu aṣibori igbala, ati idà Ẹ̀mí, ti i se ọ̀rọ Ọlọrun: 18 Pẹlu gbogbo adura ati ẹbẹ ni ki ẹ mã gbadura nigbagbogbo ninu Ẹ̀mí, ki ẹ si mã sọra si i ninu idurosinsin gbogbo, ati ẹ̀bẹ̀ fun gbogbo eniyan mímọ́;" Efesu 6:10-18

Ti Oluwa ni ogun naa – kii se tiwa.

Ti o ba lọ si ibudo awọn ọmọ-ologun ti o si lo awọn oun ìja wọn – ko tumọ si pe dandan o jẹ ọkan lara awọn ọmọ-ologun naa. Ti o ba wa lara awọn ọmọ-ologun oun akọkọ ti o gbọdọ se ni ki o kéde ijẹolotitọ si orilẹ-ede naa, ijọba ati awọn oloye ti yio kọ yin ti yio si darí yin. Toripe awọn eniyan n "sọtẹ̀lẹ̀, le ẹmi buburu jade ati se awọn isẹ iyanu" ko tumọ̀ si pe wọn n se oun ti Ọlọrun n fi n han wọn lati se. Ko tumọ̀ sípé ikaanu ni o n dari wọn tabi pe wọn n gbọran si Ọba awọn ọba lẹnu.

Matiu 7 "Le awọn ẹmi esu jade" – Emi ko mọn ọ ri.

Ki i se gbogbo ẹniti npè mi li Oluwa, Oluwa, ni yio wọ ijọba ọrun; bikoṣe ẹniti nse ifẹ ti Baba mi ti nbẹ li ọrun. 22 Ọpọlọpọ eniyan ni yio wi fun mi li ọjọ na pe, Oluwa, Oluwa, awa ko ha sọtẹlẹ li orukọ rẹ? ati orukọ rẹ ki a fi lé awọn ẹmi èṣù jade? ati li orukọ rẹ ki a fi se ọ̀pọ isẹ iyanu nla? 23 Nigbana li emi o si wi fun wọn pe, Emi kò mọ̀ nyin ri, ẹ kuro lọdọ mi, ẹnyin onisẹ ẹ̀ṣẹ̀. Matthew 7:21-23

Ọlọrun n kọ́ awọn jagunjagun ti yio mọn ẹni ti O jẹ; tẹle itọni Rẹ, ti yio si lọ pẹlu ifẹ Rẹ. Nigba naa, ti a bá báa pade, yio wipe kaabọ sile iransẹ mi olootọ. Ẹ si bibeli yin pẹlu mi si

Kronika II 20

Jehosafati ni isoro nla. Awọn ota fe ba ijọba rẹ jẹ. Isọri ọmọ-ogun mẹta – tí ẹ ó bá jẹ́, wọn n yan lọ sọdọ rẹ pẹlu ero kan lọkan. Iparun! Ẹ jẹ ki a ri awọn igbesẹ ti Jehosafati gbe.

Jehosafati kede àwẹ̀ o si wa Oluwa

1 O si se, lẹhin eyi li awọn ọmọ Moabu, ati awọn ọmọ Ammoni, ati ninu awọn ọmọ Edomu pẹlu wọn, gbé ogun tọ Jehoṣafati wá. 2 Nigbana li awọn kan wá, nwọn si wi fun Jehoṣafati pe, Ọ̀pọ̀lọpọ̀ eniyan nbo wá ba ọ lati apakeji okun

lati Siria, si kiyesi i, nwọn wà ni Hasason-Tamari ti i se Engedi. 3 Jehoṣafati si bẹrù, o si fi ara rẹ si ati wá Oluwa, o si kede àwẹ̀ ja gbogbo Juda.1 4 Juda si kó ara wọn jọ, lati wá iranlọwọ lọwọ Oluwa: pẹlupẹlu nwọn wá lati inu gbogbo ilu Juda lati wá Oluwa.

Idahun Ọlọrun si Jehosafati

Kronika II 20:15 O si wipe, Ẹ tẹti silẹ, gbogbo Judah, ati ẹnyin olugbe Jerusalemu, ati iwọ Jehosafati ọba; Bayi li Oluwa wi fun nyin, Ẹ máse bẹ̀ru, bẹ̀ni ki ẹ má si ṣe fòyà nitori ọ̀pọ̀lọpọ̀ eniyan yi; nitori ogun na kì i se ti nyin bíkòse ti Ọlọrun.

Nigbati Ọlọrun da Jehosafati lohun, o jọsin si I.

18 Jehoṣafati tẹ ori rẹ ba silẹ: ati gbogbo Juda, ati awọn olugbe Jerusalemu wolẹ niwaju Oluwa lati sin Oluwa. 19 Awọn ọmọ Lefi, ninu awọn ọmọ Kohati ati ninu awọn ọmọ Kori si dide duro, lati fi ohùn rara kọrin iyìn soke si Oluwa Ọlọrun Israeli.

Jehosafati dide ni owurọ kutu o si gbọ́ràn si Ọlọrun

20 Nwọn si dide ni kutukutu owurọ, nwọn si jade lọ si aginju Tekoa:

Jehosafati yan awọn akọrin ati awọn oníjó si iwaju lati yin Ọlọrun

21 O si ba awọn eniyan na gbero, o yàn awọn akọrin si Oluwa, ti yio ma yìn ẹwa ìwà-mímọ́ bi nwọn ti njade lọ niwaju ogun na, ati lati ma wipe, Ẹ yin Oluwa: nitoriti ãnu rẹ duro lailai. 22 Nigbati nwọn bẹ̀rẹ̀ si i kọrin ati si i yìn, Oluwa yan ogun-ẹhin si awọn ọmọ Ammoni, Moabu ati awọn ara òke Seiri, ti o wá si Juda, a si kọlù wọn

Jehosafati ko ikogun.

25 Nigbati Jehosafati ati awọn eniyan rẹ de lati kó

ikogun wọn, nwọn ri lara wọn ọpọlọpọ ọrọ, ati òkú, ati ohun-elo iyebiye, nwọn si kójọ fun ara wọn, ju eyiti nwọn le kó lọ: nwọn si kó ikogun wọn jọ ni ijọ mẹta, nitoriti o sa pàpọ̀jù.

Jehosafati se igbiyanju ọtọ lati yin Ọlọrun fun idasi Rẹ.

26 Ati li ọjọ kẹrin nwọn kó ara wọn jọ li afonifoji Ìbùkún, nitori nibẹ ni nwọn fi ìbùkún fun Oluwa, nitorina ni a ṣe npe orukọ ibẹ na ni, Afonifoji Ìbùkún, titi di oni. 27 Nigbana ni nwọn yipada, gbogbo awọn ọkunrin Juda ati Jerusalemu, ati Jehosafati niwaju wọn lati pada lọ si Jerusalemu pẹlu ayọ̀; nitori ti Oluwa ti mu wọn yọ̀ lori awọn ọta wọn. 28 Nwọn si wá si Jerusalemu pẹlu ohun-elo orin, ati duru ati ìpè si ile Oluwa. 29 Ìbẹ̀rù Ọlọrun si wà lara gbogbo ijọba ilẹ wọnni, nigbati nwọn gbọ́ pe Oluwa ti ba awọn ọta Israeli jà.

Ìwàpẹ̀lú Ọlọrun – ààbò rẹ - kọkọrọ rẹ
Awọn kọkọrọ miiran:

- Oko le e fi ohun ti o ko ni fun elomiran
- Ti Ọlọrun ko ko ba tii fun ọ ni itọni – mase lọ nipa ero ọkan rẹ.
- Ko si ẹru – mase fi ààyè fun ẹru
- Ma jẹ ki afojusun rẹ wa lori ọta.

Jẹ ki afojusun rẹ wa lori oun ti Ọlọrun n se ati oun ti O n sọ - lọwọlọwọ bayi. Kini aini ẹni yii to ga julọ? "Bawo ni ki a se gbadura niru àkókò yi Ọlọrun? Kini itọni Rẹ?" Mase fi ààyè fun ironu ati ẹru. Wa Ọrọ Ọlọrun lati mọ oun ti ọrọ Rẹ sọ nipe isẹlẹ naa.

Ootọ ni pe a n wa oju Ọlọrun a si n duro de e fun itọni rẹ, ko tumọn sipe ki a ma se nkankan – ti o ba nilo isẹ, ju ni owurọ kutukutu ki o si gbadura, wẹ ki o tun ara rẹ se ki o si lọ lati wa isẹ. Ninu isẹ awọn ologun, sójà yio pèèlò awọn oun ija rẹ silẹ yio si maa reti asẹ rẹ. Se oun ti o lero pe o ye ki o se, ki o si duro de Ọlọrun pelu.

Ijagun ninu orin – Kini Jehosafati se?

Iyin ati isin jẹ kọkọrọ ti o se pataki. Ọlọrun n gbe inu iyin awọn eniyan Rẹ, bi a ba si n jisẹ iransẹ fun awọn miiran tabi ti a ba n ja fun aye tiwa pẹlu, a nilo iwapẹlu Rẹ. Iyin maa n se isẹ iransẹ fun Ọlọrun ati fun awa pẹlu.

Ẹlọ ni meji meji (2x2)

Ti o ba n gbadura itusilẹ fun ẹnikan, ti o n gba wọn nimọran, tabi ti o n jisẹ iransẹ fun wọn - mu ẹnikan lọwọ pẹlu rẹ. Ti o ba ba ara rẹ ni ipo ti iwọ gẹgẹ bi ọkunrin gbọdọ jisẹ iransẹ fun tabi gba obinrin nimọran, tabi iwọ gẹgẹ bi obinrin gbọdọ jisẹ iransẹ fun tabi gba ọkunrin nimọran, jẹ ki ọkan rẹ wa niwaju Ọlọrun ki o si mu ẹnikan lọwọ pẹlu rẹ. Mase jẹ ki ọkan rẹ fa si wọn débi pe o kuna lati ran wọn lọwọ. Oun ti o dara julọ ni ki ọkunrin jisẹ iransẹ fun ọkunrin ati ki obinrin jisẹ iranse fun obinrin.

O si pe awọn mejila na sọdọ rè, o bẹrẹ si i rán wọn lọ ni meji-meji; o si fi asẹ fun wọn lori awọn ẹmi àìmọ́ Maku 6:7

Mase le jade ninu Ibinu, Ìwúfùkẹ̀ tabi Igberaga

O ko le e fi ẹsẹ̀ le ẹsẹ̀ jade. Ẹsẹ̀ ni Ibinu, Ìwúfùkẹ̀ ati Igberaga.

Nitoripe ko dun mọn ọ ko tumọn sipe ẹmi kan ni tabi pe o nitumọ si Ọlọrun.

Mo ti gbọ ti awọn eniyan wipe "Mo de ọ lorukọ Jesu" bi wọn ti n ba ọkọ/aya tabi ọrẹ wọn sọrọ nitori pe ẹni naa ko se oun ti wọn fẹ. Kii se oun ti o dalori wa! O dalori fifi ifẹ Ọlọrun han fun aye, ki wọn ki o ba le e daa mọn! Njẹ a n gbadura ati ààwẹ̀ nitori imọtara-ẹni nikan tabi fun igbala wọn?

Sọ́ ọkan rẹ
Imọlara awọn eniyan maa n ga ni awọn akoko yi, a gbọdọ ni afojusun pe eyi ko dalori wa, o dalori **sise afihan ifẹ Ọlọrun ti ko labawọn** fun eni yii, ki wọn baa le di wiwosan ki wọn si jẹ dida pada si pipe.

Ju gbogbo ohun ìpamọ́, pa àyà rẹ mọ́; nitoripe lati inu rẹ̀ wá ni orisun ìyè. Owe 4:23

Nitorina ẹniti o ba rò pe oun duro, ki o kiyesara, ki o má ba subu. Kọrinti I 10:12

Ẹyẹ le e fo koja sugbon mase jẹ ki wọn kọle sori rẹ.

Awọn èrò, awọn èrò, awọn èrò... Nigba ti a o ba se nkankan ati nigba ti a ba n sise pẹlu awọn miiran, èrò ti o wa si ọ lọkan ko tumọn sipe "èsù ni" tabi a ti bori wa. Nigba ti awọn èrò ti ko tọ ba wa, **mase gba wọn ki o si mase fi ọkan rẹ sori wọn**. Bẹ ẹ pẹlu ni a ko nilo lati da ara wa lebi nitori èrò wa si ọkan wa.

Yio yi aye wa ati ọkan wa pada bi a se n wa a ti a si n gba a laaye.

Nigbana ni emi o fi omi mímọ́ wọ́n nyin, ẹyin o si mọ́: emi o si wẹ nyin mọ́ kuro ninu gbogbo ẹgbin nyin ati kuro ninu gbogbo orişa nyin. Isikiẹli 36:25

Ki oun ki o le sọ ọ di mímọ́ lẹhin ti a ti fi ọ̀rọ̀ wẹ ẹ mọ́ ninu agbada omi, 27 Ki oun ki o le mu u wá sọdọ ara rẹ bi ìjọ ti o li ogo li aini abawọn, tabi alẹ̀bu kan, tabi irú nkan bawọnni; şugbọn ki o le jẹ mímọ́ ati alaini àbùkù. Efesu 5:26-27

Ẹ jẹ́ ki a se Agbeyẹwo – Jagunjagun Naa

Ọta Naa

Jesu emi mọ̀, Paulu emi si mọ̀; ṣugbọn tali ẹyin? Ẹmi buburu na si dáhùn, o ni, Jesu emi mọ̀ ati Paulu emi si mọ̀; ṣugbọn tali ẹyin? Ise Awọn Apọsteli 19:15

Ọta Ọlọrun ni okun o si ni agbara; kii se ẹni ti eniyan n fi seré.

Bawo ni iwọ ti se subu lati ọrun wá, Iwọ Lusiferi, ìràwọ̀ owurọ! bawo li a ti se ke ọ lu ilẹ, iwọ ti o ti sẹ́ awọn orílẹ̀-èdè li apa! Aisaya 14:12

Ọta naa korira Ọlọrun. O korira wa nitori a dá wa ni aworan Ọlọrun, a si n ran-an leti nipa Ọlọrun.

OLUWA Ọlọrun si wi fun ejò na pe, nitori ti iwọ ti se eyi, a fi iwọ bú ninu gbogbo ẹran ati ninu gbogbo ẹranko igbẹ; inu rẹ ni iwọ o ma fi wọ́, erupẹ ilẹ ni iwọ o ma jẹ li ọjọ́ aye rẹ gbogbo: 15 Emi o si fi ọta sãrin iwọ ati obinrin na, ati sãrin irú-ọmọ rẹ ati irú-ọmọ rẹ̀: on o fọ́ ọ li ori, iwọ o si pa a ni gigĩsẹ. Jẹnẹsisi 3:14, 15

Abuda Ara: Oun gbogbgo ti a jẹ saaju Jesu, oun gbogbo ti a jogun lati ọdọ Adamu, oun gbogbo ti o n sisẹ lori abuda Adamu.

Abuda ara wa – ko si bi a ti le e mura fun to tabi pa awọ rẹ da, ko ni agbara ti o ba di ọrọ awọn oun ti ẹmi. Ko si ni agbara lori ọta Ọlọrun. Irẹti ati okun wa ni:

Jesu san iye naa lati gba asẹ lori èsù.

Ijagun Ẹmi

Awa n gba a si n rin ninu àsẹ Rẹ.

3 Nitoripe bi awa tilẹ ńrìn ni ti ara, ṣugbọn awa kò jagun nipa ti ara: 4 (Nitori ohun ija wa kì í se ti ara, ṣugbọn o li agbara ninu Ọlọrun lati wó ibi giga palẹ;) 5 Awa nsọ gbogbo ero kalẹ, ati gbogbo ohun giga ti ńgbé ara rẹ̀ ga si ìmọ Ọlọrun, awa si ndi gbogbo ero ni igbekun wá si itẹriba fun Kristi; Kọrinti II 10:3-5

Ma fi àyè fun èsù

Ijagun ẹmi je eyi ti a n se pẹlu àsẹ Jesu Kristi. A ko le e lé ẹ̀sẹ̀ jade pẹlu ẹ̀sẹ̀. Ẹsẹ̀ bibeli yi sọ fun wa bi a se le e se lai fi ààyè fun èsù:

22 Pe, niti iwa nyin atijọ, ki ẹyin ki o bọ ogbologbo ọkunrin nnì silẹ, eyiti o dibajẹ gẹgẹ bi ifẹkufẹ ẹ̀tàn; 23 Ki ẹ si di titun ni ẹmi inu nyin; 24 Ki ẹ si gbé ọkunrin titun nì wọ̀, eyiti a da nipa ti Ọlọrun li ododo ati li iwa mímọ́ òtítọ́. 25 Nitorina ẹ fi eke sise silẹ, ki olukuluku nyin ki o mã ba ọmọnikeji rẹ̀ sọ otitọ, nitori ẹ̀yà-ara ọmọnikeji wa li awa i se. 26 Ẹ binu; ẹ má si se sẹ̀: ẹ máṣe jẹ ki õrùn wọ̀ bá ibinu nyin: 27 Bẹni ki ẹ má se fi àyè fun Èṣù. 28 Ki ẹniti n jale máṣe jale mọ́: sugbọn ki o kuku mã se lãlã, ki o mã fi ọwọ́ rẹ̀ sisẹ ohun ti o dara, ki oun ki o le ni lati pín fun ẹniti o se alaini. 29 Ẹ máse jẹ ki ọ̀rọ̀ idibajẹ kan ti ẹnu nyin jade, sugbọn iru eyiti o dara fun ẹ̀kọ́, ki o le mã fi ore-ọfẹ fun awọn ti ńgbọ́. 30 Ẹ má si se mu Ẹ̀mí Mímọ́ Ọlọrun binu, ẹniti a fi ṣe èdìdí nyin de ọjọ idande. 31 Gbogbo ìwà kíkorò, ati ibinu, ati irunu, ati ariwo, ati ọ̀rọ̀ buburu ni ki a mu kuro lọdọ nyin, pẹlu gbogbo àrankàn: 32 Ẹ mã sore fun ọmọnikeji nyin, ẹ ni ìyọ́nú, ẹ mã darijì ara nyin, gẹgẹ bi Ọlọrun ninu Kristi ti dáríjì nyin. Efesu 4:22-32

Oun ija Ọta nni fun iyapa:

Nigba ti a kọ́ awọn ojiṣẹ Ọlọrun ati Pasitọ ni oke okun, ọkan lara awọn ibeere to kọkọ jẹyọ ni, kilode to fi jẹ pe ti wọn ba lọ fun Ihinrere si ibi okunkun o maa n yorisi ki wọn o ba ara wọn ja. Ọlọrun paṣẹ ibukun nigba ti isọkan ba wa. Ọta Ọlọrun maa n gbadun ìyapa - ọkan lara wọn ète ogun to ga ju ni lati da ìyapa silẹ ni ibùdó ọta – mu ki wọn o ja laarin ara wọn.

Nigba ti a ba ni imọlara Ìyapa, ẹ gbadura lodi si ki ẹ si **gba ifẹ Ọlọrun láyè lati sàn** laarin wa fun ara wa, ki a si kọ̀ lati dahun si ẹran ara pẹ̀lu ẹran ara wa.

Ihamọra Kristi

13 Nitorina ẹ gbe gbogbo ihamọra Ọlọrun wọ̀ ki ẹyin ki o le duro tiri si ọjọ ibi, nigbati ẹyin bá si ti se ohun gbogbo tan, ki ẹ si duro. 14 Ẹ duro nitorina lẹhin ti ẹ ti fi àmùrè otitọ di ẹgbẹ nyin, ti ẹ si ti di ìgbayà ododo nì mọra; 15 Ti ẹ si ti fi imura ihinrere alafia wọ ẹsẹ nyin ni bàtà; 16 Lékè gbogbo rẹ̀, ẹ mu apata ìgbàgbọ́, nipa eyiti ẹyin ó le mã fi paná gbogbo ọfa iná ẹni ibi nnì. 17 Ki ẹ si mu asibori igbala, ati idà Ẹ̀mí, ti i se ọ̀rọ Ọlọrun: 18 Pẹlu gbogbo adura ati ẹbẹ ni ki ẹ mã gbadura nigba gbogbo ninu Ẹ̀mí, ki ẹ si mã sọra si i ninu idurosinsin gbogbo, ati ẹ̀bẹ̀ fun gbogbo eniyan mímọ́; Efesu 6:13-18

14 Sugbọn ẹ gbe Jesu Kristi Oluwa wọ̀, ki ẹ má si pèsè fun ara, lati mã mu ifẹkufẹ rẹ̀ ṣe. Romu 13:14

Sakiyesi bi ihamọra Kristi se jẹ bíbò ti **a ba gbé Jesu Kristi Oluwa wọ?** Ori wa jẹ bíbò pẹ̀lu Igbala Rẹ, Itẹbọmi ti Omi yòro Abuda Adamu. Nigbati a ba rin ninu Ẹmi Rẹ a bo awọn agbọn aye wa ti o n fi iye funni julọ pẹ̀lu Otitọ ati Ododo?

Nigbati a ba gbe Jesu Kristi Oluwa wọ ti a ko si fi aye fun ẹran-ara – a n gbe pẹlu Ihamọra Rẹ.

Ọta naa korira Ọlọrun. O korira wa toripe a da wa ni aworan Ọlọrun a si maa n ran-an leti nipa Ọlọrun. A ko gba ọta naa gbọ tabi oun ti o sọ. Nigba ti a ba rii a o beere "Oluwa kini O fẹ ki n se nipa isẹlẹ yi." A o bẹrẹ lati maa gbadura fun ẹni naa ati lati maa wa oju Ọlọrun fun igbala ẹni naa. Nigba naa to ba to akoko lati gbadura, a o de awọn agbara naa mọn ọ̀gbun ọrun apaadi ni orukọ Jesu Kristi. A n gbadura nipa àsẹ Ẹni naa to san iye naa.

Àfàyọ lati inu "Isipẹ" lati ọwọ Rev. Agnes I. Numer

Ka Danieli orí 10.

Danieli bẹrẹ sini gbadura, Ọlọrun si gbọ lati igba ti o ti gbe ọkan rẹ sọdọ Ọlọrun. O gbọ o si mọn igbe ọkan Danieli. Sugbon awọn agbara, awọn ijọba inu afẹfẹ ti o dide di adura naa lọwọ lati de ọdọ Ọlọrun. Ati olubori oun gbogbo gẹgẹ bi Danieli se n gbadura, Oluwa n fi ara Rẹ han Danieli. Kristi ni Danieli ri ti o jisẹ iransẹ fun-un. Sugbọn o wipe o gba ọjọ mọkanlelogun lati bori awọn isejọba ati agbara ti o wa ninu afẹfẹ, Danieli si mọn pe Ọlọrun gbọ adura oun sugbọn ko le e mu idahun pada wa titi di igba ti o ni ijagun ẹmi ninu awọn ọrun.

Mo mọn pe awọn agbara Satani lóòrìn lori awọn ilu kan ju omiran lọ. Wọnyi ni awọn agbara ti ọta ti yan lori awọn agbegbe lati duro nibẹ. Nitorina Danieli ko jẹun. Mo lero pe o gbọdọ je pe o gba awẹ fun awọn ọjọ mọkanlelogun naa. Sugbọn Oluwa fẹ ki o mọn pe ni kété ti o gbe ọkan rẹ ro lati gbadura - Ọlọrun gbọ adura rẹ.

Mo mọn pe otitọ ni eyi. Ọlọrun ti fun wa ni oun ti o ni agbara to bẹ a si tun fi ibunkun Ẹmi Mimọ fun wa pẹlu. A bukun wa pẹlu Ẹni naa ti o n mu adura naa lọ si ọdọ Baba ni ibamu pẹlu ifẹ Ọlọrun. A jẹ alabukunfun loni bo tilẹ jẹ pe awọn isejọba ibi giga wọnyi ni a le wa sinu aye. *Nisisiyi, Satani ko le e lọ sinu awọn ọrun lati sọrọ lodi siwa fun Baba. A ti kán èyí. Ọlọrun ti fun wa ni asẹ ati ijẹgaba lati wo awọn agbara ati isejọba ibigiga naa lulẹ nipa adura ati isipẹ.*

Ẹ jẹ ki a se Agbeyẹwo - Ọta Nni

Ẹni ìgbèkùn

Òùndè ni abala yii le e je ẹnikẹni, aladugbọ rẹ, ẹni ti o wa loju pópó, ẹbi rẹ; koda iwọ pẹu le e jẹ Òùndè.

Ọlọrun ko seto rẹ̀ fun wa lati jẹ òùndè.
Sugbọn olukuluku wa li a fi ore-ọfẹ fun gẹgẹ bi osuwọn ẹ̀bun Kristi. 8 Nitorina o wipe, Nigbati o gòkè lọ si ibi giga, o di igbekun ni igbekun, o si fi ẹ̀bùn fun eniyan Efesu 4:7, 8
18 Ẹmi Oluwa mbẹ lara mi, nitoriti o fi àmì òróró yàn mi lati wasu ihinrere fun awọn òtòsì; o ti rán mi wá lati se iwosan awọn ọkàn onirobinujẹ, lati wasu idasilẹ fun awọn igbekun, itunriran fun awọn afoju, ati lati jọwọ awọn ti a pa lara lọwọ, 19 Lati kede ọdún itẹwọgba Oluwa. Luku 4:18, 19
Siwaju isubu Adamu akọkọ, Ọlọrun ni eto lati mu awọn eniyan Rẹ pada si ọdọ ara Rẹ.
Ki ẹnikẹni ti a dánwò máṣe wipe, Lati ọwọ́ Ọlọrun li a ti dán mi wò: nitori a kò le fi buburu dán Ọlọrun wò, oun na kì í si i dán ẹnikẹni wò:4 14 Sugbọn olukuluku ni a ndanwò, nigbati a ba ti ọwọ́ ifẹkufẹ ara rẹ̀ fà á lọ ti a si tàn-án jẹ. 15 Njẹ, ifẹkufẹ na nigbati o ba lóyún, a bí ẹ̀ṣẹ̀: ati ẹ̀ṣẹ̀ na nigbati o ba si dagba tan, a bí ikú. Jakọbu 1: 13-15
Mọ Oluwa: nitoripe gbogbo wọn ni yio mọ̀ mi, lati ẹnikekere wọn de ẹni-nla wọn, li Oluwa wi; nitori emi o dari

aisedede wọn ji, emi kì o si ranti ẹṣẹ wọn mọ. Jeremaya 31.34

Ojurere ni o n dari Ọkan Ọlọrun ni gbogbo igba
fun awọn eniyan Rẹ ki wọn ki o le tewọgba abuda Rẹ nitootọ - Abuda to wa ninu ẹjẹ Rẹ, ki wọn o si gbe pẹlu alaafia Rẹ.

OLUWA, iwọ o fi idi alaafia mulẹ fun wa: pẹlupẹlu nitori iwọ li o ti se gbogbo isẹ wa fun wa.6 13 OLUWA Ọlọrun wa, awọn oluwa miran lẹhin rẹ ti jọba lori wa: sugbọn nipa rẹ nikan li awa o da orukọ rẹ sọ. 14 Awọn òkú, nwọn kì yio yè; awọn ti ngbe isà-òkú, nwọn kì yio dide; nitorina ni iwọ se bẹ wọn wò ti o si pa wọn run, ti o si mu ki gbogbo iranti wọn parun. Aisaya 26:12-14

Ninu aye wa Ọlọrun ko kan fẹ pa awọn ọta run nikan sugbọn lati mu ki iranti ọta parun! Eyi ni eto Ọlọrun! Ọpọ awọn Òùndè ni ko se idamọn pe Ọlọrun fẹ ki wọn o ni alaafia.

Jesu le ẹmi esu to ya odi jade tabi ti ko fọhun bi a se n wi lode oni - ẹni naa ko le e sọrọ. Nigba ti o pari o n ya awọn eniyan lẹnu bi eyi se se é se. Mo n ro bi ẹru ati iyalẹnu naa yio se ri – itusilẹ yi jẹ oun ti ẹnikẹni ko rírí nigba aye Jesu. Ati lẹyin naa, Jesu lo anfani naa lati kọni lẹkọ lori ijagun ẹmi fun awọn ti o ni eti lati gbọ:

Nigbati ẹmi àìmọ́ ba jade kuro lara eniyan, a maa rìn kiri ni ibi gbigbẹ, a maa wá ibi isimi; nigbati ko ba si ri, a wipe, Emi o pada lọ si ile mi nibiti mo gbé ti jade wá. 25 Nigbati o si de, o bá a, a gbá a, a si ṣe e li ọṣọ́. 26 Nigbana li o lọ, o si mu ẹmi meje miran ti o buru ju oun tìkárarẹ̀ lọ; nwọn wọle, nwọn si joko níbẹ̀: igbẹhin ọkunrin na si buru ju isaju rẹ̀ lọ. Luku 11:24-26

Afayọ lati inu "Irapada Kiku" lati ọwọ Rev. Agnes I. Numer:

"Jesu ko la ikanmagbelebu kọja lati kan se isẹ ààbọ̀. O se isẹ àsepé – awa ni a maa n se isẹ ààbọ̀. Ọlọrun ko ni jẹ ki a kọja lọ pẹu isẹ ààbọ̀, mo jẹ ki ẹ mọn eyi. A nilo lati gba a laaye lati gbá gbogbo ile wa mọn. Ọlọrun fi iran kan han mi nigba kan nipa ile nla kan. O jẹ ile nla ti o rẹwà sugbọn o légbin. O ni bi iwọ se ri simi niyi. O ni mo ra ọ bi o ti ri ati nisisiyi emi yio wẹ ọ mọn. Iwọ ri bii ile nla yii: awọn owu alantakun, awọn ògiri dudu, idọti kaakiri ibi gbogbo ati leyin naa ni Oluwa wipe Emi o sọ ọ di ọmọ titun, emi yio si yi ọ pada.

Ẹ wo o ti a ba jẹ ki O se e – a n wipe mo fẹran Rẹ n o si jẹ ki o gba ile mi mọn – sugbọn awọn yààrá yoku jẹ títì!

Ọna ti a fẹ gba sin Oluwa ni eyi sugbọn kii se ọna ti o ye ki gba sin Oluwa niyi. A o nilo boya lati si gbogbo ile silẹ fun-un tabi ki o ma mu okankan nibẹ. Bawo ni yoo ti ri bi o ba ra ile kan ti ẹni to n gbe ibẹ tẹ́lẹ̀ si fẹ gbé ninu ile naa – o sanwo fun gbogbo ile, oun si mu ida mẹta ninu ida mẹrin rẹ? N ko lero pe eyi yio wọ̀. Bakan naa ni o se jẹ pẹlu Jesu – a ko le e sin-in ni idaji ọna. A nilo lati wa pẹlu gbogbo ọkan wa, pẹlu gbogbo ẹmi wa, àyà, ati okun – ara, ọkan ati ẹmi. Jesu san iye naa."

O buru ni ilọpo meje kii se ere to yẹ - ko tọ ki a fi sere.

Nigba ti Ọlọrun ba da ẹnikan nide ti "ile" wọn si jẹ gbigba mọn, kini wọn o se? Bawo ni wọn se n kún "ile" wọn?

Nigbana li o lọ, o si mu ẹmi meje miran ti o buru ju oun tìkárarẹ̀ lọ; nwọn wọle, nwọn si joko níbẹ: igbẹhin ọkunrin na si buru ju isaju rẹ̀ lọ. Luke 11:26

Lẹyin idande awọn eniyan le e ni imọlara ofifo ki wọn o si jẹ sísọnù díẹ̀. Oluwa atijọ lori agbegbe nni ninu aye wọn ti lọ, kini ki wọn o se nisisiyi? Awọn agbegbe yii ni lati jẹ kikun pẹlu Ọlọrun! Gbadura fun Ọlọrun lati kun ẹni naa

Ijagun Ẹmi

pẹlu Alaafia rẹ ati Ayọ Rẹ. Ti wọn ko ba tii di atunbi, kọ wọn nipa igbala ki o si bi wọn bi wọn o ba pe Jesu lati wa sinu ọkan wọn. Dari wọn lọ si ipele to kan ninu irin wọn pẹlu Ọlọrun. Kọ wọn bi a se n ti awọn ilẹkun ti wọn si fun ọta. Gba wọn niyanju lati lọ si ile ijọsin, ki wọn ni idapọ pẹlu awọn ti yoo jisẹ iransẹ okun ati iwosan fun.

Jesu wi fun u pe, Dide, gbé akete rẹ, ki o si mã rin. 9 Lọgan a si mu ọkunrin na larada, o si gbé akete rẹ̀, o si nrìn. Ọjọ na si jẹ ọjọ isimi.... 14 Lẹhinna Jesu ri i ni tẹmpili o si wi fun u pe, Wo o, a mu ọ larada: máṣe dẹṣẹ mọ́, ki ohun ti o buru jù yi lọ ki o má baà bá ọ. Johanu 5:8, 14

Jesu si gbé ara rẹ̀ soke, o si wi fun u pe, Obinrin yi, awọn dà? kò si ẹnikan ti o da ọ lẹbi? 11 O wipe, Kò si ẹnikan, Oluwa. Jesu si wi fun u pe, Bẹ̃li emi na kò da ọ lẹbi: mã lọ, lati igbayi lọ má dẹṣẹ̀ mọ́. Johanu 8:10, 11

Ẹ jẹ ki a se Agbeyẹwo - Òùndè

Awọn Oun Ija Wa

Nitoripe bi awa tilẹ ńrìn ni ti ara, ṣugbọn awa kò jagun nipa ti ara: 4 (Nitori ohun ija wa kì í se ti ara, ṣugbọn o li agbara ninu Ọlọrun lati wó ibi giga palẹ;) 5 Awa nsọ gbogbo ero kalẹ, ati gbogbo ohun giga ti ńgbé ara rẹ̀ ga si ìmọ Ọlọrun, awa si ndi gbogbo ero ni igbekun wá si itẹriba fun Kristi; 6 Awa si ti mura tan lati gbẹsan gbogbo aigbọran, nigbati igbọran nyin ba pé. Kọrinti II 10:3-6

Ọrọ tani iwọ yio gbagbọ?

Ọrọ Ọlọrun wipe awa yoo mọn otitọ, otitọ yio si sọ wa di ominira. Nibo ni Otitọ ti wa? Njẹ iwọ o gba Ọrọ Ọlọrun gbọ tabi iwọ o gba àkọsẹ̀jayé rẹ gbọ tabi awọn to n yẹ atẹlẹwọ wo. Iwọ o ha gba ìsẹ̀dá gbọ - tabi Asẹ̀dá? Njẹ iwọ o dìrọ̀ mọn Abuda Àtòkè-wá tabi Abuda Adamu. TALI o ti gba ìhìn wa gbọ́? tali a si ti fi apá Oluwa hàn fun? Aisaya 53:1

A ko le e maa lọ síwá-sẹ́yìn ninu ero wa, ninu ki ogun naa jẹ ti Oluwa tabi ki a jàá pẹlu ipa ara wa – imọn wa ayé, pẹ̀lu Abuda Adamu. A ko le e je oníyèméjì ki a si maa reti lati tẹsiwaju ninu ominira.

Kede ikọsilẹ igbekun naa

Gbadura fun ifọju lati ka kuro lọkan ẹni to wa nigbekun ki o baa le ri Jesu, Olupilẹsẹ ati Alasepe igbagbọ rẹ. Òùndè gbọdọ ke pe Ọlọrun, a le e se abala kan ninu ijagun naa sugbọn Òùndè naa gbọdọ se ipinu tirẹ̀ ki o baa le tesiwaju lati maa wa lominira.

Nitorina bi awa ti ni isẹ-iransẹ yi, gẹgẹ bi a ti ri ānu gbà, ārẹ̀ kò mu wa; 2 Sugbọn awa ti kọ̀ gbogbo ohun ìkọ̀kọ̀ ti o ni itiju silẹ, awa kò rìn li ẹ̀tàn, bẹ̃li awa kò fi ọwọ́ ẹ̀tàn mu ọ̀rọ Ọlọrun; sugbọn nipa fifi otitọ hàn, awa nfi ara wa le ẹ̀ri-ọkàn olukuluku eniyan lọwọ niwaju Ọlọrun. 3 Sugbọn bi ihinrere wa ba si farasin, o farasin fun awọn ti o nù: 4 Ninu awọn ẹniti ọlọrun aye yi ti sọ ọkàn awọn ti kò gbagbọ́ di afọju, ki imọlẹ ihinrere Kristi ti o logo, ẹniti ise aworan Ọlọrun, ki o máṣe mọlẹ ninu wọn. Korinti II 4:1-4

Kini ikede-ikọsilẹ tumọn si?

Ikede-ikọsilẹ tumọn si "**ikọyinsounẹni.**" Sẹkẹsẹkẹ yowu ti Òùndè naa i ba ni, o ni lati jọ lọwọ ki o si "kọyin" si. Ronupiwada kuro ninu rẹ ki o si Rin kuro nibẹ. Ni ọjọ kan Jesu fi pápá kan han mi ti o ni àmin "Mase Tasẹ̀ Àgẹ̀rè Débí" lori rẹ. Nigba ti a ba di ti Jesu, èsù jẹ olùtasẹ̀-àgẹ̀rẹ̀. Sọ bẹẹ fun. A gbọdọ jọwọ gbogbo awọn iró, aisotitọ, arekereke ati

Ijagun Ẹmi

awọn ẹsẹ̀ ti o n silẹkun fun "Olùtasẹ̀-àgẹ̀rẹ̀ naa." Kété ti a ba ti di ti Ọlọrun a ni ẹtọ́ lati sọ fun "Olùtasẹ̀-àgẹ̀rẹ̀ naa" lati lọ kúrò ki o ma si se pada wa mọn.

Kini Jesu se?

Kini Jesu se nigba ti Ogun Ẹ̀mí doju kọ?

Lẹyin ti Jesu ti wa ninu aginju ti O si bori Satani nipa aifi aye fun idanwo, O lọ sinu Tempili pẹlu ẹ̀rí, ati pẹ̀lu ikede ète Rẹ ni aye.

Ka lati inu Luku 4:

1 JESU si kún fun Ẹ̀mí Mímọ́, o pada ti Jọdani wá, a si ti ọwọ́ Ẹ̀mí dari rẹ̀ si ijù, 2 Ogoji ọjọ li a fi dán an wò lọwọ Èsù. Kò si jẹ ohunkohun li ọjọ wọnni: nigbati nwọn si pari, lẹhinna li ebi wá npa a. 3 Esu si wi fun un pe, Bi iwọ ba se Ọmọ Ọlọrun, pasẹ fun okuta yi ki o di akara. 4 Jesu si dáhùn wi fun un pe, A ti kọwe rẹ pe, Eniyan kì yio wà lãye nipa akara nikan, bikose nipa gbogbo ọ̀rọ Ọlọrun. 5 Èsù si mu un re ori òkè giga, o si fi gbogbo ilẹ-ọba aye hàn án ni isẹju kan. 6 Èsù si wi fun un pe, Iwọ li emi o fi gbogbo agbara yi ati ogo wọn fun: gbogbo rẹ̀ li a sá ti fifun mi; ẹnikẹni ti o ba si wù mi, emi a fi i fun. 7 Njẹ bi iwọ ba foribalẹ fun mi, gbogbo rẹ̀ ni yio jẹ tirẹ. 8 Jesu si dáhùn o si wi fun un pe, Kuro lẹhin mi, Satani, nitoriti a kọwe rẹ̀ pe, Iwọ foribalẹ fun Oluwa Ọlọrun rẹ, on nikansoso ni ki iwọ ki o si ma sìn. 9 O si mu un lọ si Jerusalemu, o si gbé e le sonso tẹmpili, o si wi fun un pe, Bi iwọ ba se Ọmọ Ọlọrun, bẹ́ silẹ fun ara rẹ lati ihinyi lọ: 10 A sá ti kọwe rẹ̀ pe, Yio pasẹ fun awọn angẹli rẹ̀ nitori rẹ, lati ma se itọju rẹ: 11 Ati pe li ọwọ́ wọn ni nwọn o gbé ọ soke, ki iwọ ki o má ba fi ẹsẹ rẹ gbún okuta. 12 Jesu si dáhùn o wi fun un pe, A ti sọ pe, Iwọ kò gbọdọ dán Oluwa Ọlọrun rẹ wò. 13 Nigbati Èsù si pari ìdánwò na gbogbo, o fi i silẹ lọ di sã kan. 14 Jesu si fi

agbara Ẹmí pada wá si Galili: òkìkí rẹ̀ si kàn kalẹ ni gbogbo agbègbè ti o yíká.

18 Ẹmi Oluwa mbẹ lara mi, nitoriti o fi àmì òróró yàn mi lati wasu ihinrere fun awọn òtòsì; o ti rán mi wá lati se iwosan awọn ọkàn onirobinujẹ, lati wasu idasilẹ fun awọn igbekun, itunriran fun awọn afọju, ati lati jọwọ awọn ti a pa lara lọwọ, 19 Lati kede ọdún itẹwọgba Oluwa.

Eyi ni ète wiwa saye Jesu! Ki O baa le tu wa silẹ! O jẹ oun ti Ọlọrun fẹ fun wa pe ki a mu wa pada sọdọ Baba. Ìbá ti ri ti Adamu ati Eéfà ko ba yan lati tẹ́tí si Èsù! O, awa iba se idamọn gbogbo oun ti Ọlọrun ni fun wa ki a si dẹkun titẹti si awọn isẹda, sugbọn ki a tẹti si Asẹda Aye. Awa i ba ti ni ominira to! Iru ifojuwo to lagbara wo nìyí lati ọwọ Ẹni ti o ri Gbogbo àtijọ́, lọwọlọwọ, ọjọ iwaju ati ayeraye... O gbọdọ pa ọkan rẹ pọ - Ìyè tabi Ikú, Ominira tabi Igbekun, Ire tabi Ibi. A ko le e ni mejeeji.

Bi o ba ku ọgbọn fun ẹnikẹni, ki o bèrè lọwọ Ọlọrun, ẹniti i fi fun gbogbo eniyan ni ọpọ̀lọpọ̀, ti kì í si i baniwi; a o si fifun un. 6 Sugbọn ki o bèrè ni ìgbàgbọ́, li aisiyemeji rara. Nitori ẹniti o n siyemeji dabi ìgbì omi okun, ti n ti ọwọ́ afẹfẹ bì siwa bì sẹhin ti a si ńrú soke. 7 Nitori ki iru eniyan bẹ máṣe rò pe, oun yio ri ohunkohun gbà lọwọ Oluwa. 8 Eniyan oniyemeji jẹ alaiduro ni ọna rẹ̀ gbogbo.

Jakọbu 1:5-8

Afayọ latinu "Másòdiwọ̀n Nipa Ara Rẹ" lati ọwọ Rev. Agnes I.
Numer

A n sọ nipa awọn oun ijagun wa – awọn oun ijagun wọnyi kii se ti ara, wọn lagbara!

Ni orun ọjọ kan ni deede aago meta owurọ, ẹnikan kan ilẹkun mi o si wipe, "Arabinrin Numer, oun pajawiri ni eyi bikoba se bẹẹ awa ko ni wa nibi." Okunrin ati obinrin yii ti n wa si awọn ipade wa sugbọn a ko mọn pupẹ nipa wọn. Okunrin naa mu obinrin naa wọle. Mo ran ọmọ mi okunrin, Dafidi lọ si yara miiran lati lọ sun si ibomiran. A sọ yara naa di yara itusilẹ. O kan jẹ pe emi ko tii se itusilẹ ri ni aye mi! Mo rin wọle, o si ti rẹ ọkunrin naa latari pe o n gbe iyawo rẹ lọ si gbogbo ile ijọsin ti o wa ni LA. Wọn a wipe, "Lọ ki o si gbe lọ si ile iwosan awọn alarun ọpọlọ, awa ko lc e ran an lọwọ." Iyawo naa wipe, "Mo wa ni ile ijọsin kan Ọlọrun si mu mi wa si ọpọlọ pipe, O si wipe ẹ gbe e lọ sọdọ Arabinrin Numer yio si ran an lọwọ." Emi ko mọn pe n o le ran an lọwọ. Mo bẹrẹ sini gbadura nipa rẹ. Wọn gbe e wa. Kò sí ní iyè pipe. Mo duro nibẹ mo si wo ita lati oju ferese mi ti o tobi, mo ri awọn òkè, mo gboju sita nibẹ mo si wipe, "Jesu kini emi yoo se?" O wipe, "Iwọ ki yoo se ounkoun, Emi yoo se e." O gba oju ferese naa wa – taara sinu mi.

Jesu se itusilẹ arabinrin naa; emi ko ni nkan to jọ eyi ri ni igbesi aye mi. Ni gbogbo alẹ Jesu kọ mi lẹsẹ-sẹ. Yoo fi amin ororo yan mi. Awọn agbara ninu arabinrin naa yoo parọ fun mi. O jẹ ìkọ́ni fun mi, ki emi ki o le e mọn bi a se n se – nigba ti Oluwa fi amin ororo yan mi – kiise nigba ti mo fẹ lati se e. A gbadura fun un fun igba díẹ̀ nigba naa emi yio si rin ninu yara miiran, Yio jẹ ki n sinmin ati ki arabinrin naa sinmin. Leyin isinmin yii, n o wọle lọ lati mu itusilẹ ba a.

Mo kọ oun gbogbo nipa èsù. Mo kọ oun ti wọn sọ ati bi wọn se maa n se. Orukọ wọn, wọn wipe, "Lejioni ni." Kini emi o se pẹlu awọn Lejioni? Emi ki yio se nkankan. Ni gbogbo alẹ, iyoku gbogbo alẹ, Jesu ninu me tú obinrin naa silẹ. O jẹ aago mẹwa aabọ alẹ ọjọ keji ki eyi to kẹyin ninu wọn to jade kuro lara rẹ, Ẹmi Oluwa si wa o si n jo kaakiri inu yara - ominira!

Ki o to ni itusilẹ o ri bii àjẹ́, ko mọn pe okunrin ti oun ti fẹ jẹ agbalagba ẹni ọdun mọkandinlaadọrin. O wipe, "Tani arakunrin yii?" Mo wipe ọkọ rẹ ni. Ọmọ ọdun mejilelọgbọn pere ni nigba ti Ọlọrun tu u silẹ. O wipẹ, "Emi ko mọn ọn. Emi ko le e lọ pẹlu rẹ." Awọn eniyan rẹ n gbe ni Arizona. A mu arabinrin naa a si fi le ọkọ ti o n lọ si Arizona. Eyi jẹ ọkan lara awọn nkan wọnni ti Ọlọrun ti se.

Mo si gbọ́ ohùn rara li ọrun, nwipe, Nigbayi ni igbala de, ati agbara, ati ijọba Ọlọrun wa, ati ọla ti Kristi rẹ̀; nitori a ti lé olùfisùn awọn arakunrin wa jade, ti o nfi wọn sùn niwaju Ọlọrun wa lọsan ati loru. 11 Nwọn si sẹgun rẹ̀ nitori ẹ̀jẹ Ọdọ-Agutan na, ati nitori ọ̀rọ ẹrí wọn, nwọn kò si fẹran ẹmi wọn ani titi de ikú. Ifihan 12:10-11

Ẹ jẹ ki a se Agbeyẹwo – Awọn Oun Ijagun wa

Ijagun ẹmi kii se eré, o jẹ ounkan ti Ọlọrun n se lati ipasẹ wa lati ran awọn yoku lọwọ lati mọn on ki wọn o si di ominira. Ẹbun lati ọdọ Ọlọrun si wa ri bẹẹ pe ki awọn eniyan ko maa baa lo gbogbo iyoku aye wọn bi ẹni ti a n jẹniya ti o si wa ni igbekun. A ko da ijẹniya fun eniyan, a ko se ọrun apaadi fun eniyan – a gbọdọ yan lati jẹ ominira titi lai ninu Ifẹ Rẹ̀, Alaafia Rẹ̀ ati Ayọ Rẹ̀.

A ko gbọdọ gba pẹlu ọta pe tiwa ni ijẹniniya àtinú ati pe awọn oun buburu gbọdọ maa sẹlẹ si wa. Ninu aye yii a ni ipọnju sugbọn Jesu ti sẹgun aye! Iye ayeraye Ọlọrun bẹrẹ nigba ti a pe Jesu lati jẹ Oluwa ati Olugbala wa. Ijọba Ayeraye Naa bẹrẹ sini dagba ninu ọkan wa. Ninu Ijọba yii a ni Alaafia ati Ayọ - bo ti le wu ki isẹlẹ to n sẹ̀ ri.

Nigba ti a mu Jesu nipa idari Ẹmi lọ sinu aginju fun èsù lati dan an wo, oun ijagun to ga ju ti Jesu ní nipe O mọn Ọlọrun, O si mọn Ọrọ Ọlọrun. O lo Ọrọ Ọlọrun lodi si

Satani, Jesu si kọ lati se awọn oun to lodi si Àbùda Ọlọrun. Bi a se mọn Otitọ nni, Otitọ naa yio sọ wa di ominira. **Wa ààyè lati mọn Ọlọrun,** lati mọn Otitọ Rẹ̀, lati mọn abuda Rẹ̀ – lati mọn ọn. Nigbati ọta Ọlọrun ati ọta ẹmi wa ba wa – sá sinu iwapẹlu Ọlọrun ki o si gbọran si asẹ Rẹ̀.

Ti Oluwa ni ogun naa.

AGBEYẸWO: IJAGUN ẸMI

I. Olori-ogun Awọn Ọmọ-ogun naa

Nigbawo ati bawo ni Jesu se:

- Pèèlo ara rẹ̀ silẹ fun Ijagun Ẹmi ninu Luku 4?
- Njẹ Ijagun ẹmi?
- Maa n le awọn ẹmi èsù jade?

Nibo ni Bibeli ti sọ wipe awọn Ọmọ-ẹyin ati awọn miiran – se àseyọrí ati kùnà ninu lile awọn ẹmi èsù jade? Salaye oun ti o sẹlẹ̀.

II. Jagunjagun Naa

- Sapejuwe ogun naa.
- Kini ogun naa?
- Kini afojusun wa?

III. Ọta Naa

Awọn Ibeere To Pè Fun Arojinlẹ

Ti o ba se amulo awọn ẹkọ ti a gbeyẹwo ninu abala yii, kini o ro pe awọn idahun wọnyi yoo jẹ?

Ti ọta Ọlọrun ba ni ihamọra, bawo ni ihamọra naa yoo se ri?

A ti dahun èkíní fun ọ.

Ihamọra Kristi

Àmùrè Ẹgbẹ - Otitọ
Ìgbayà - Ododo
Ẹsẹ̀ - Imura Ihinrere
Alafia Apata – Igbagbọ
Àsíborí - Ìgbàlà
Idà Ẹ̀mí - Ọrọ Ọlọrun

Ihamọra Asodi-si-Kristi

Kini ihamọra asodi-si-Kristi to wa ni ifẹgbẹkẹgbẹ?

Àmùrè Ẹgbẹ - Ẹ̀tàn
Ìgbayà -
Ẹsẹ̀ -
Apata -
Àsíborí -
Idà Ẹ̀mí -

Bawo ni ọta Ọlọrun se le e lo awọn kọkọrọ isalẹ yii lati de eniyan ni igbekun?

Ìdálẹ́bi
Èro-bóyá

IV. Òùndè Naa

Awọn Ibeere To Pè Fun Arojinlẹ
   Ti o ba se amulo awọn ẹkọ ti a gbeyẹwo ninu abala yii, bawo ni wa a se dahun awọn ibeere wọnyi?

Awọn Sẹkẹsẹkẹ Òùndè Naa

Awọn ihuwasi le e wà, awọn bárakú, orisirisi awọn nkan ti dàbíi pe o n dari ayé wa ni awọn ibi ti a ko ti ni ominira. Darukọ ọna marun ti eniyan ti le gba si ilẹkun fun ọta Ọlọrun, ti o si wa le e wa nigbekun bayi:
   a)
   b)
   d)
   e)
   ẹ)

Awọn Ibeere fun Ijiroro Akorajọpọ

Bawo ni awọn sẹkẹsẹkẹ se n lagbara si?
Kini idi ti wọn fi wa nibẹ?
Bawo ni wọn ko se ni pada wa?

Kini idi ti Jesu fi wipe, lọ ki o ma si se dẹsẹ̀ mọn?

V. Awọn Oun Ijagun Wa

Kọ awọn oun ijagun marun lati inu Kọ Ọwọ Mi Ni Ogun abala Ijagun Ẹmi
a) Ifaminoroyan Ọlọrun
b)
d)
e)
ẹ)

Awọn Ibeere To Pè Fun Arojinlẹ:

Ti o ba ka afayọ latinu "Másòdiwọ̀n Nipa Ara Rẹ" lati ọwọ Rev. Agnes I. Numer, ìrètí wo ni eyi fun ọ fun awọn iriri ijagun ẹmi ti o le e ba pade tabi òye wo ni o fun ọ lati inu awọn iriri ti o ti ni sẹyin pẹ̀lu ijagun ẹmi?

ÌDÁNWÒ-ÒYE: IJAGUN ẸMI

1. Ijagun ẹmi kii se nkan ti a n se; o jẹ ounkan ti Ọlọrun maa n se latipasẹ wa
a. Bẹẹni
b. Bẹẹkọ

2. Iriri Josua pẹlu Olori Awọn Ọmọ-ogun kọ wa pe
a. A le e se abapade angẹli nigbakugba
b. Ọlọrun ko si ni iha wa – awa ni a wa ni iha Rẹ̀
d. Èsù le e fara han gẹgẹ bii angẹli imọnlẹ

3. Ọlọrun ma a n fi ààyè gba awọn ilakọja to nira ninu ayé wa lati fi kọ́wa lókun
a. Bẹẹni
b. Bẹẹkọ

4. Awọn eniyan ti o n "sọtẹ́lẹ̀, le awọn ẹmi èsù jade, ti wọn si n se awọn isẹ iyanu" gbọdọ jẹ pe ifẹ Ọlọrun ni wọn n se
a. Bẹẹni
b. Bẹẹkọ

5. Ninu ijagun ẹmi, ìfojúsùn wa gbọdọ wa lori ọta
a. Bẹẹni
b. Bẹẹkọ

6. Ninu ijagun ẹmi, Iwapẹlu Ọlọrun jẹ kọkọrọ rẹ. Yan kọkọrọ miiran ni isalẹ yi
a. Mase rin ninu èro-bóyá
b. Jẹ ki gbogbo afojusun rẹ patapata wa lori oun ti ọta n se
d. Maa wa ounkan saa se

7. Jẹ ki afojusun re wa lori oun ti Ọlọrun n se ati oun ti O n sọ - lọwọlọwọ bayi ati:
a. Kini aini ẹni yii to ga ju?
b. "Ọlọrun bawo ni ki a se gbadura niru àkókò yii?
d. "Kini itọni rẹ?"
e. Gbogbo eyi to wa loke yi

8. O yẹ ki a da ara wa lẹbi ti ero ti ko ba ifẹ Ọlọrun mu ba tọwa wa lasiko ijagun
a. Bẹẹni
b. Bẹẹkọ

9. Nipa àsẹ Jesu la se n se ijagun ẹmi
a. Bẹẹni
b. Bẹẹkọ

10. Ninu ijagun, nigba ti o ba ni imọnlara ẹmi iyapa layika, o ye ki a:
a. Gbadura lodi si i
b. Gba ifẹ Ọlọrun laye lati san fun ara wa
d. Kọ lati fi aaye fun un

e. Gbogbo eyi to wa loke yi

11. Gbogbo awọn ihamọnra Ọlọrun ni a ni nigba ti a ba gbe Jesu wọ
a. Bẹẹni
b. Bẹẹkọ

12. Lẹyin iriri idande, eniyan le e ni imọnlara wiwa lófìfo
a. Bẹẹni
b. Bẹẹkọ

13. Awọn oun ijagun ti a ni lagbara nipasẹ Ọlọrun. Wọn le e
a. Wo awọn ibi giga palẹ
b. Bi awọn afojuda ọkan subu
d. Mu awọn ero wa si igbekun lati gbọran si Kristi lẹnu
e. Gbogbo eyi to wa loke yi

14. kini ikede-ikọsilẹ tumọn si?
a. Lati sọrọ lasọye nipa ẹnikan
b. Lati kọsilẹ, ronupiwada tabi yipada kuro
d. Ipe ti a fi léde fun ẹni gbogbo

15. Jesu sẹgun Satani nipa aifara fun idanwo
a. Bẹẹni
b. Bẹẹkọ

Ori 5

ATAKO AYIPADA-IPA

AFOJUSUN WA LE e ju ki a jare ariyanjiyan tabi ki se awari ẹni to jẹbi ati ẹni to jare lọ. Afojusun wa to ga ju lọ ni lati gba Ọlọrun gbọ pe latipasẹ àtakò naa "Ayipada-ipa" le e wa.

Itumọn Ayipada-ipa:
Iyipada gbòógì to gbalẹ̀ ni awujọ ati eto igbe aye awujọ, papàa julọ èyí ti o sẹlẹ lojiji, ti o si maa n wá pẹlu ipá lọ́pọ̀ igba.
Iyipada òjijì, to lagbara, tabi iyipada patapata nipa ọna ti awọn eniyan n gba lo igbe aye wọn, sisẹ́, ronú, abbl.
Atako ki i se oun ẹrin lọpọlọpọ igba. Wọn le e wá pẹlu ewu ati mu iyipada òdì lọwọ. Wọn le e sẹlẹ lojiji ati lairotẹlẹ.
Wọn le e yori si ki ibasepọ ko tuka **TABI** ki ayipada gboogi to lagbara sẹlẹ ti yio mu ki ibasepọ jinlẹ si; ọ̀wọ̀ to pọ si, igbẹkẹle ati òye. **Atako le e jẹ ọna to ya ju si ayipada rere.**
Mase bẹru atako. Kọ pe ọna ti **a n gba huwa ati ti a n gba fèsì** ni o le e mu atako ti yio mu "Ayipada-ipa" ti a nilo wa.
Maa wọ gbogbo atoko bii **anfani:**

- Lati mu ibasepọ jinlẹ sii.

- Lati ni oye nipa ara wa sii, sunmọnra sii ati lati finú han ara wa sii.
- Lati ni ọwọ̀ fun ara wa.

Itọni si ayipada-ipa si rere nigba ti atako ba wa

- Ìhà kannan ni a wa.

Ni idahunsi pe **isoro yii ki yio mu wa yapa**.
Fi ara rẹ si ipo to yẹ ni ti ara ki ẹyin mejeeji le wa papọ, ki ẹ jọ doju kọ isoro.
Jijoko jẹ ipò ti ko mu ewu dání.
Ni ihuwasi Irẹlẹ
Ọna wo ni **mo** gba dakun isoro naa? **Irẹlẹ** le e gba pe emi pẹlu jẹ ọkan lara isoro naa.
Irẹlẹ le e so wipe, "**ma binu, dariji mi.**"

Yan Akoko Ati Ibi Ti O Ti Fẹ Ka Sọrọ.
Ki i se asiko to dara lati yanju aáwọ̀ nigba ti inu ba n bi ọ ju.
Fun ara rẹ ni akoko lati fara balẹ̀.
Yan ibi to dara. Ki o ma se jẹ iwaju awọn ọmọdé tabi awọn elòmíràn ti ko nilo lati mọn nipa rẹ.

- **Ibasepọ wa jẹ iyebiye si mi.**

Fi akoko silẹ lati fi bi ibasepọ naa se jẹ iyebiye sí ọ tó han ati pe o ni ireti lati ri ojútùú si isoro to wa lọwọlọwọ.
Kini isoro ti a n gbìyànjú lati yanjú?

Ti ẹyin mejeeji ba le e panupọ̀ lati se apejuwe isoro naa, ireti ati ri ojutuu sii wa.

- **Salaye awọn imọnlara rẹ ati bi o se ri si ọ ki o si tẹti gbọ imọnlara tiwọn ati bi o se ri si wọn.**

Ronu lori oun ti wọn ti sọ nipa wi wipc, "Ẹ jẹ ki n wo boya o ye mi, se oun ti ẹ n wi ni pe….. tabi se bi o se ri si yin ni....."
Wá lati je kó yé ọ nitootọ.
Mase tẹti si ọrọ wọn nikan sugbọn si ọkan wọn.
Tẹti gbọ daradara.
Lọpọ igba ti iwọ yio ba tẹti gbọ daradara, iwọ yoo ri anfani lati sọrọ ati pe wọn o si gbọ ọ.
Jẹ ki wọn o mọn pe o n tẹti pẹlu ìfarasọ̀rọ̀ rẹ ati awọn ìfèsì sí rẹ.
Lo itẹtisi afiyesi. "Mo gbọ, mo lero pe oun ti oun sọ ye mi" abbl.
Ẹ jùmọ̀n wa ojutuu.
Njẹ a le jọ yẹ Ọrọ Ọlọrun wo fun idahun? Bi a ba bu ọla fun ọrọ Rẹ, O ni idahun.

Wonyi ni awọn ilana-aatẹle Mẹwa ti yio ran wa lọwọ lati ni ibasepọ to jinlẹ:

1. Iwosan oun to ti Kọja.

a. Ti ounkan ninu to ti sẹlẹ sẹyin ba ti fun wa ni ọgbẹ ti ko tii san, ti ẹnikan wá se nkan ti fun wa ni "imọnlara" to dabi rẹ, a le e ni iranti awọn imọnlara ati awọn iriri atijọ ti o le mu wa faraya ju bi o se yẹ lọ. Awọn iranti isẹlẹ atijọ wa le ni oun to lagbara a se pẹlu ibasepọ wa lọwọlọwọ ti a ko ba dariji ki a si gba Ọlọrun laaye lati wo wa san pẹlu Ẹmi Rẹ. Ọlọrun le e lo ìsẹ̀lẹ̀ lọwọlọwọ lati "ru" awọn ọgbẹ atijọ sókè. Ti a ba wa ni ifọkanran, eyi jẹ akoko to dara fun wa lati kojúu awọn ọgbẹ atijọ nni ki a si jẹ ki O wo wa san.

2. Ifẹ Ọlọrun, kii se ifẹ eniyan.

a. Ifẹ wa gẹgẹ bi eniyan kan le e lo jina gan ni. Ifẹ Ọlọrun ko lopin ki si i patì. Awọn eniyan nilo ifẹ Ọlọrun ni tootọ ki i se ìkẹ́dùn wa ni wọn nilo. Lọpọ igba ni a le e lo ọwọ líle ju nigbati awọn eniyan nilo idahun giri, ti a si le e mu u kankan jù nigba ti o jẹ pe oun ti wọn nilo gan ni ifẹ ati imulọkanle. Jẹ ki Ọlọrun fi ifẹ han lati ipasẹ rẹ. Eyi bẹrẹ nipa gbigba ifẹ Ọlọrun laaye lati jinlẹ ninu ọkan wa. A nilo isipaya bi o se fẹ wa tó. Awọn imọnlara ikọsilẹ ati ìtadànù ti a ni yio maa wa siwaju wa gẹgẹ bi oun ti awọn eniyan le e se fun wa lọpọ̀ igba koda nigba ti ko ri bẹ.

3. Awọn Ẹ̀jẹ̀ wa titi lai. Wọn jẹ ileri ati ìfarajìn.

a. Tẹsiwaju, **fa iwe ẹri ẹ̀jẹ́ igbeyawo rẹ jade.** Ka wọn ni àkàtúnkà pẹlẹpẹlẹ. Jẹ ki ara rẹ ko mọn pe ifarajin ni ẹ̀jẹ́ nitootọ... "titi ikú yoo fi ya wa". Ó ní irú ìtùnú to wa ninu mímọ̀n pe a o sisẹ papọ lati jẹ ki eyi seése.

b. **Ìkọ̀sílẹ̀ kii se oun to yẹ. Ma tilẹ̀ jẹ ki ọrọ yii jẹyọ rárá.** Mase jẹ ki o wa ninu gbolohun ti o n fọ̀ tabi ninu ọkan rẹ. Mase lo o bii ọrọ ìdẹ́rùbà. Papa julọ ti o ba gbagbọ pe Ọlọrun ni o so yin pọ̀, o ki yoo jẹ ki ẹnikẹni tabi ounkoun pin yin níyà.

4. Temptations are Parasites.

a. Awọn iwa buburu ati iwa ibajẹ ati iwa bárakú n bẹ ti wọn jẹ ajẹnirun bii ikán ati àfòmọ́n.

    i. Ti awọn afomọn bá bo àgọ ara eniyan ounkoun ki yio sisẹ bo se yẹ. Inira to pọ yoo wà agọ ara yoo si se aisan. Bẹ́ẹ̀ pẹlu lórí ninu igbeyawo.

    ii. **Awọn Afomọn a maa pa.** Oun ti o bẹrẹ kekere le e gbilẹ̀ ki o si gba gbogbo ibasepọ ati ki o si mu iparun rẹ wa bi a ko ba mójú to o bo se yẹ.

    iii. A nilo lati pa awọn iwa ati bárakú ti o n gbiyanju ati parun ti:
1. Jẹwọ àsìse rẹ fun Ọlọrun.
2. **Wa alabarin to se e gbara le.**
3. Kigbe si Ọlọrun fun agbara rẹ lati ran ọ lọwọ lati bori.
4. Mase rẹ̀wẹ̀sì lori igbiyanju rẹ akọkọ lati borí. Dide ki o si tẹsiwaju lati maa gbiyanju.

5. Rinrin ninu Idariji.

a. Pẹlu Ọlọrun a mọ̀n pe **O jẹ Onidariji**. A le e ni idaniloju pe ti a ba wa sọdọ Rẹ lati jẹwọ ẹsẹ wa pẹlu irẹlẹ, yio o tẹwọ gba wa, yio dariji wa yio si nifẹ wa.

    b. Ti a ba rin ninu ifẹ, a n rin ninu idariji. Kii se awa la n se ipinu ni gbogbo igba... "njẹ n o dariji lasiko yi?" Jesu wipe nigba adọọrin lọna meje. Ti a ba dirọ mọn awọn nkan ti a si n ka iye igba to jẹ... nigba naa ni a kò rin ninu idariji.

    d. A gbọdọ fi ẹsan silẹ fun Ọlọrun. Ti inu ba n bi wa a maa n ni idanwo lati pa awọn miiran lara pẹlu ọrọ ẹnu ati ìse wa. Fi ẹsan naa silẹ fun Ọlọrun. Mase fi i si ọwọ ara rẹ.

6. Bu ọla fun, Bọwọ fun, Nifẹ, Mọn riri.

a. Sọ itumọn awọn ọrọ yii – Ìbọláfúnni, Ìbọ̀wọ̀fúnni, Ìfẹ́, Ìmọnrírì

b. Awọn ọkunrin ni lati jẹ **ẹni Ìbọ̀wọ̀fún ati ẹni Ìbọláfún.**

  i. Kọ bi a se n fi ọ̀wọ̀ funni.
  ii. Obinrin maa n mu ki gbogbo awọn ọmọ rẹ fi ọ̀wọ̀ fún tabi tàbùku okunrin rẹ̀.
  iii. Oun ti o se pataki ni bi o se sọ nkan ju oun ti o sọ lọ.
  iv. Yan lati má sọrọ ti ko dara nipa ẹnikeji rẹ ni gbangba tabi fun awọn ọrẹ rẹ lailai. Mu wọn dagba, bu ọla fun wọn ki o si mu wọn jẹ ẹni pataki.

a. **Awọn Obinrin nilo ki a nifẹ wọn,** mon rírì ki o si maa bomirin wọn. Rii bi ọgba ajara ti o nilo ki a maa bu omi rin ki a si maa bójú tóo ki o le e mu eso jade.

  i. Obinrin kọọkan ni o maa n gbọ "Mo nifẹ rẹ" ni orisirisi ọna to yatọ.
  ii. Kọ ọna to dara julọ lati sọ, "Mo nifẹ rẹ" sí i.
  iii. Mú ki o ni iriri imọnlara ẹni pataki.
  iv. Sọrọ to dara nipa rẹ ni kọ̀rọ̀ ati ni gbangba.
  v. Je afioundárà. Fun pe o gba ara rẹ lasiko lati kiyesi, o sakitiyan lati se nkan, ati ìkẹ́ lati mu jẹ pataki ni itumọn gidigidi.

7. Ẹ rin ninu Irẹlẹ pẹlu ara yin.

a. Ẹyin ọkunrin, ẹ kọ́ bi a se n sọ pé, "Ma binu, mo jẹbi"

b. Ẹyin obinrin ẹ kọ́ bi a se n sọ pe, "Mo dariji ọ" mo si gba ẹ̀bẹ̀ naa. Jọwọ rẹ lọwọ. **Mase mu u jẹyọ mọn nigba miran ti ẹ ba ni ariyanjiyan.**

8. Huwa si awọn eniyan pẹlu bi wọn o se ri... Kii se bi wọn se le e ri loni.

   a. Ri awọn miiran ni ọna ti Ọlọrun n gba ri wọn. **Eyi pe fun igbagbọ...** ri awọn àmì iserere ti O n ri.

     b. Ma ma se atẹnumọn ni gbogbo igba, jẹ ki Ọlọrun dari awọn eniyan ko ma jẹ iwọ.

     d. Ni suuru nigba ti O n sisẹ. Ọlọrun ko tii pari pẹlu wọn.

9. Dahun pẹlu Ẹmi Ọlọrun ki o mase huwa pẹlu Ẹran-ara.

   a. Bi a se n kọ lati rin ninu Ẹmi **a ko ni se imusẹ awọn ifẹkufẹ ara wa.** Awọn asiko yoo wa ti a o fẹ lati fi àìdunnú wa han ti a o si fẹ "jẹ ki wọn o daa mọn" tabi "fẹ ooru" ti a o si "fun wọn ni oun ti o tọ si wọn". Gbogbo awọn nkan wọnyi yio jasi fifi aaye fun ẹran-ara wa dipo ki a fun Ẹmi Mimọ Rẹ̀ ni agbara lati dari ahọ́n ati ìtara wa.

     b. Ti a ba dahun pẹlu Ẹmi Mimọ Rẹ̀ nigba naa ni yio ba wọn wi tikalara Rẹ̀.

     d. Idahun pẹlẹ yi ibinu pada; sugbọn ọ̀rọ̀ lile ni i rú ibinu soke.

10. Ifẹ Ainigbedeke.

Awọn ọrọ miran to tumọn si àìnígbèdéke: tọkantọkan, aifi-ẹtọ-to, aiwowọmọn, ailopin, patapata, lalaisebere, lakotan, laikukan, lẹkunrẹrẹ, laidinkankan, ni-gbogbo-ọna, laifounkan-pe-mejil.

   Ifẹ alainigbedeke ni Ọlọrun fi han si wa. Koda nigba ti awa si jẹ ẹlẹ́sẹ̀ Kristi ku fun wa. **Ẹni to pe ku fun awọn alaipe.** Ko wo ipo ti a wa gẹgẹ bi eyi ti ko séésé. O pè fun wa pẹlu ireti pé Oun le e fọwọ tọ́ wa ki O si yi aye wa pada.

a. Ti a ba fẹ ẹnikan pẹlu ifẹ alainigbedeke a o se awari pe a ko le e se e ninu okun wa. Agbara lati nifẹ lainigbedeke maa n wa lati ibi síse idamọn pe awa pẹlu ti nilo ifẹ ainigbedeke ri. Ti a ba se idamọn bi O se fẹ wa to, a o le e bẹrẹ sii nifẹ bi Oun ti se nifẹ wa.

b. **Ifẹ ainigbedeke jẹ eyi ti a n fii funni lọ́fẹ̀ẹ́**, lai beere ounkoun rọpọ rẹ. Eyi selodi si abuda ẹran-ara wa.

d. Agbara ifẹ alainigbedeke ni pe ọ̀fẹ́ ni a n fii fun ni. Eniyan ma n yan lati nifẹ ni.

e. Iru ifẹ yii jẹ eyi ti o maa **n yi aye pada fun awọn ẹni mejeeji** ti o kan.

ẹ. O pe fun igbagbọ lati nifẹ lainigbedeke, Ọlọrun yio si ri i yoo si dahun. **Ọlọrun yoo mu awọn iyipada to nilo wa.**

Ibasepọ lere pupọ. Awọn eniyan maa n fi ayọ ati aseyọri kun aye wa. Wọn le e fun wa ni idunnu to pọ ati irora. Ibasepọ tun jẹ isẹ asekara pẹlu. O pe fun ifaraẹnijin ati ọgbọn. Ọlọrun fi Ẹmi Mimọ fun wa lati ran wa lọwọ nigba ti a ba nilo oore-ọfe si.

Nje o tilẹ ro o ri ni awọn igba miiran ti o gbadura fun suuru ati oore-ọfe síi boya O kanlẹ̀ ran awọn eniyan kan pàtó sinu aye rẹ lati mu awọn iwa rere ti o n gbadura fun yii gbilẹ̀? A ko le e fẹran awọn eniyan bẹẹ láìsí iranlọwọ Rẹ. Nitori naa a nilo lati ke pe E. Ti O ba suuru kun wa sii nigba naa ni a o le e ni suuru si pẹlu ẹni gbogbo to yiwaka. Niwọnba igba ti O ba ti fi awọn ẹbun Rẹ fun wa wọn di tiwa. Bayi ni a se n dagba si. Lati Oore-ọfẹ de Oore-ọfe.

Peteru II 1:5-7 Ati nitori eyi nã pãpã, ẹ mã se aisimi gbogbo, ẹ fi ìwàrere kún ìgbàgbọ́, ati ìmọ̀ kún ìwàrere; 6 Ati airekọja kún ìmọ̀; ati sũru kún airekọja; ati ìwa-bi-Ọlọrun kún sũru; 7 Ati **ifę ọmọnikeji** kún ìwa-bi-Ọlọrun; ati **ifęni** kún ifę ọmọnikeji.

Ọlọrun maa n mu awọn iwa Rę̀ gbilę̀ ninu wa bi a se n ba awọn eniyan to n pe wa nija pade. Eyi ję itęsiwaju latinu igbagbọ, si airekoja, si ifę ọmọnikeji ati lakotan lọ si ifęni... ti i se ifę alainigbedeke Ọlọrun latipasę wa. O ni a nilo lati **maa se aisinmin** ki a le e fi iwa Rę̀ kún ara wa. Jọwọ gba ipc naa lati dagba ninu iwa Rę̀ ati awọn oore-ọfę ti a fi n la ijagudu ati awọn ęniyan lile koja.

Awọn Ọrọ-iyanju fun Sísàríyànjiyàn Lọna Ẹ̀tọ́

1. R0ii daju pe o ni asiko tó tó lati sọrọ nipa aigbọraęniye yin.
2. Mase ihuwasi. Dahun nipa Ẹmi Oluwa.
3. Mase yęsę lori koko naa. Tętisilę tọwọtọwọ.
4. Mase doju ija kọ iwa ęnikeji.
5. Mase hu oun to ti kọja sęyin jade.
6. Mase jiyan pęlu ęni ti inu n bi, ję ki ara wọn walę naa.
7. Kii se niwaju awọn ọmọ, akorajọpọ tabi awọn miiran.
8. Maa bu ọla funni ni gbogbo igba.
9. E maa pari rę to ba ya ni gbogbo igba.
10. Yan awọn ogun yin.
11. Mase lọ sori ibusun pęlu ibinu.

Ti a o ba gba a laaye, Ọlọrun yio ran wa lọwọ lati sọ gbogbo Atako di Ayipada-ipa ninu aye wa ati ninu awọn ibasepọ wa.

AGBEYẸWO: ATAKO AYIPADA-IPA

Awọ Ibeere Fun Ijiroro

Sapejuwe bi Ọlọrun se n sisẹ nipasẹ awọn ibasepọ lati mu iwa Rẹ gbilẹ ninu wa.
Sapejuwe Atako Ayipada-ipa ni ọna to gba ye ọ
Sapejuwe awọn ọrọ mẹrin yii: Ifẹ, Imọnrírì, Ibọwọfun ati Ibọlafun Salaye ọna meji ti o fi le e fi ọ̀wọ̀ fun ọkunrin ti yoo fi ni itumọn si i?
Salaye ọna meji ti o fi le e fi ifẹ han si obinrin to le e ni itumọn to ga ju si i?
Salaye bi awọn ogbẹ atijọ se n nipa lori oni? Sọ nipa iriri kan nibi ti eyi ti sẹlẹ si ọ.

1. Ẹ ya akorajọpọ meji ki ẹ si maa kọ́ papọ (tabi ẹni meji meji) ni wiwipe, "Ma binu, mo jẹbi" Ninu idanrawọ awọn akorajọpọ yii a o ni awọn ọkunrin "to n kọ́" ẹbẹ bibẹ ati awọn obinrin ti wọn o ẹbẹ naa tọwọtọwọ. Eyi le e ma rọru nibẹrẹ. Idi niyi to fi nilo fifi kọra. Ti o ba n danikan se eyi, wa

ẹnikan lojumọnmọn lati tọrọ idariji lọwọ rẹ.
Gbogbo wa ni a maa n sẹ ẹlomiran nitorina o yẹ ki a le ri ẹnikan.
2. Ojuse taani lati yi awọn eniyan to sunmọn wa pada?
3. Kini ojuse wa?

Akoko to dara ni eyi yoo jẹ lati ronupiwada fun gbigba isẹ Ọlọrun se

Agbeyẹwo

1. Iyipada òjijì, to lagbara nipa ọna ti awọn eniyan n gba lo igbe aye wọn, sisẹ, ronú abbl. ni o n jẹ:
a. Atako
b. Ayipada-ipa
d. Oluyiadehunpada
e. Ìse irẹlẹ

2. Atako ti ko rọni lọrun le e jẹ ọna to yá jù fun awọn ayipada rere
a. Bẹẹni
b. Bẹẹkọ

3. Atako le e yọri si ibasepọ to jinlẹ, ti o si se e fọkan tan si i
a. Bẹẹni
b. Bẹẹkọ

4. Atako le e je anfani lati:
a. Ni ọwọ̀ fun ara wa

b. San gbese ile
d. Mu ki ẹni naa san gbese to je ọ
e. Gbogbo eyi to wa loke yi

5. Ti o ba lo asiko to poju lati tẹti silẹ o ko ni ni aye lati sọ koko tirẹ
a. Bẹẹni
b. Bẹẹkọ

6. Yan awọn ilana aatẹle mẹta ti o maa n mu ki a ni ibasepọ to jinlẹ si
a. Fi aaye gba ikaanu to jinle fun ẹni naa lati kogun ja ọkan rẹ
b. Jẹ ki Ọlọrun wo ọ san kuro ninu awọn isẹlẹ atijọ ti o n jẹ jade ninu awọn atako isisinyi
d. Kọ bi a se n nifẹ pẹlu ifẹ Ọlọrun
e. Se idamọn bi awọn iwa ati baraku se n pa awọn ibasepọ rẹ lara
ẹ. Mun awọn imọlara ikọsilẹ ati aikanikun rẹ dagba si f. Kaanu ara rẹ

7. Nibi igbeyawo oun to se pataki julọ ni:
a. Akara oyin igbeyawo
b. Awọ awọn aṣọ
d. Awọn ẹjẹ́ ti ẹ da
e. Iru alufa to dari eto igbeyawo naa

8. Ti a ba n rin ninu idariji, a nilo lati maa sepinu ni gbogbo igba boya a ó dariji tabi a kì yoo dariji.
a. Bẹẹni
b. Bẹẹkọ

9. Awọn obinrin yio se daadaa tèsotèso ti o ba bomirin wọn bii ọgba ajara to nilo ibominrin ati ibojuto
a. Bẹẹni
b. Bẹẹkọ

10. Tẹsiwaju lati maa hu oun to ti kọja jade titi ti ẹ o fi yanju rẹ̀
a. Bẹẹni
b. Bẹẹkọ

11. Irẹlẹ maa n huwasi awọn eniyan gẹgẹ bi wọn ti se ri lọwọlọwọ
a. Bẹẹni
b. Bẹẹkọ

12. Yan ọrọ mẹrin to se apejuwe ifẹ alainigbedeke
a. Tọkantọkan
b. Ni abala kan
d. Patapata
e. Ailopin ẹ. Oníyèméjì
ẹ. Alafurasi g. Aiwowọmọn

13. Ko dara rara lati ni òye to tako ra ati lati jiyan
a. Bẹẹni
b. Bẹẹkọ

14. Yan kókó mẹrin lati jiyan bó se tọ
a. Maa sọrọ ti o nitumọn lalaidanuduro
b. Tẹtisilẹ tọ̀wọ̀tòwọ̀
d. Duro lori kókó naa. Mase jẹ ki ounkan mu ọkan rẹ kuro
e. Hu awọn oun to ti kọja sita

e. Doju ija kọ ẹni naa
f. Dahun ni, mase ifihuwasi
g. Mase jiyan nigba tinu n bi ọ gb. Pe wọn ni orukọ buburu

15. Nigba ti a ba sọ tabi se oun to bini ninu, kini o ye ki a sọ?
a. Èsù lo mu mi se e
b. Ẹbi tiẹ naa wa nibẹ
d. Mabinu, mo jẹbi
e. Ko sikankan nibẹ

16. Ojuse tani lati yi ẹni to sunmọn wa?
a. Ojuse mi
b. Ojuse rẹ
d. Ojuse wa
e. Ojuse Ọlọrun

Ori 6
KO NI ORUKỌ APỌNLE

Filipi 2:8-24

8 Nigbati a si ti ri i ni ìrí eniyan, o rẹ̀ ara rẹ̀ silẹ, o si tẹriba titi di oju ikú, ani ikú ori agbelebu.

9 Nitorina Ọlọrun pẹlu si ti gbé e ga gidigidi, o si ti fi orukọ kan fun u ti o bori gbogbo orukọ:

10 Pe, li orukọ Jesu ni ki gbogbo ẽkun ki o mã kunlẹ, awọn ẹniti mbẹ li ọrun, ati awọn ẹniti mbẹ ni ilẹ, ati awọn ẹniti mbẹ nisalẹ ilẹ;

11 Ati pe ki gbogbo ahọn ki o mã jẹwọ pe, Jesu Kristi ni Oluwa, fun ogo Ọlọrun Baba.

12 Nitorina ẹnyin olufẹ mi, gẹgẹ bi ẹyin ti ngbọran nigbagbogbo, kì i se nigbati mo wà lọdọ nyin nikan, sugbọn papa nisisiyi ti emi kò si, ẹ mã sisẹ igbala nyin yọri pẹlu ìbẹ̀rù ati ìwárìrì.

13 Nitoripe Ọlọrun ni nsisẹ ninu nyin, lati fẹ ati lati sisẹ fun ifẹ inu rere rẹ̀.

14 Ẹ mã se ohun gbogbo li aisi ìkùnsínú ati ijiyan:

15 Ki ẹyin ki o le jẹ aláìlẹ́gàn ati oniwa tutu, ọmọ

Ọlọrun, alailabawọn, larin oníwà wíwọ́ ati alarekereke orilẹ-ede, larin awọn ẹniti a nri yin bi imọlẹ li aye; 16 Ẹ si mã na ọwọ ọ̀rọ ìyè jade; ki emi ki o le sogo li ọjọ Kristi pe emi kò sáré lasan, bẹni emi kò si se lãlã lasan. 17 Ani, bi a tilẹ tú mi dà sori ẹbọ ati isẹ isin ìgbàgbọ́ yin, mo yọ̀, mo si mba gbogbo yin yọ̀ pẹlu. 18 Bakanna ni ki ẹyin ki o mã yọ̀, ki ẹ si mã ba mi yọ̀ pẹlu. 19 Sugbọn mo ni ireti ninu Jesu Oluwa, lati rán Timotiu si yin ni lọ́lọ yi, ki emi pẹlu le ni ifọkanbalẹ nigbati mo ba gburo ijoko yin. 20 Nitori emi kò ni ẹni oninu kanna ti o dabi rẹ̀, ti yio ma fi tinutinu se aniyan yin. 21 Nitori gbogbo wọn ni ntọju nkan ti ara wọn, kì i se nkan ti i se ti Jesu Kristi. 22 Sugbọn ẹyin ti mọ̀ ọ́ dajudaju, pe gẹgẹ bi ọmọ lọdọ baba rẹ̀, bẹ̃li o si ti mba mi sisẹ pọ̀ ninu ihinrere. 23 Nitorina on ni mo ni ireti lati rán si nyin nisisiyi, nigbati mo ba woye bi yio ti ri fun mi. 24 Sugbọn mo gbẹ̀kẹle Oluwa, pe emi tikarami pẹlu yio wá ni lọ́lọ.

I. O Ti Gbe Aworan Eniyan Wọ Lailai

ẸJẸ́ KI A WO IB! RẸ ! SẸ̀ KAARUN. "Ẹ ni ero yi ninu nyin, eyi ti o ti wà pẹlu ninu Kristi Jesu: Ẹniti o tilẹ jẹ aworan Ọlọrun, ti kò ka a si iwọra lati ba Ọlọrun dọgba: Sugbọn o bọ́ ogo rẹ̀ silẹ, o si mu awọ̀ iransẹ, a si se e ni awòran eniyan. Nigbati a si ti ri i ni ìri eniyan, o rẹ ara rẹ̀ silẹ, o si tẹriba titi di oju ikú, ani ikú ori agbelebu. Nitorina Ọlọrun pẹlu si ti gbé e ga gidigidi, o si ti fi orukọ kan fun u ti o bori gbogbo orukọ: Pe, li orukọ Jesu ni ki gbogbo ẽkun ki o mã kunlẹ, awọn ẹniti mbẹ li ọrun, ati awọn ẹniti mbẹ ni ilẹ, ati awọn ẹniti mbẹ nisalẹ ilẹ; Ati pe ki gbogbo ahọn ki o mã jẹwọ pe, Jesu Kristi ni Oluwa, fun ogo Ọlọrun Baba."

Kini idi ti O fi n sọ eyi fun wa? Ni ẹsẹ kẹta O wipe, "Ẹ máse fi ìjà tabi ogo asan ṣe ohunkohun..." 2 Sugbọn ẹ mu ayọ̀ mi kún, ki ẹyin ki o le jẹ oninu kanna, ki ìmọ yin ki o sọkan, ki ẹ si ni ọkàn kan. "Ẹ ni ero yi ninu nyin, eyi ti o ti wà pẹlu ninu Kristi Jesu:"

O jẹ oun ti o nira fun wa diẹ lati jẹ ẹniti "ko ni orukọ apọnle" ju bi o ti ri fun Jesu. Nigba miiran a ma n ro o bẹ, abi bẹẹ kọ? Ọmọ Ọlọrun ni Jesu eyi si mu ki o tun nira si... nitori O gbe aworan eniyan wọ. Aworan kini? "A se e ni ifarajọ eniyna."

Boya ko ni itumọn si ọ pe Jesu yan ifarajọ eniyan. Ko si ni itumọn kankan si ọ pe o fagilé oun gbogbo tii se ti ọrun – gbogbo oun ti o jẹ ara abuda rẹ ninu awọn ọrun – O jọwọ rẹ lati da bi awọn isẹda kekere yii ti n rákòrò kaakiri aye pẹlu ẹsẹ meji, ti wọn ro pe awọn gbọ́n, ti wọn ro pe eniyan giga ni awọn... ati bẹẹni wọn jé ẹ. Wọn tun lero pe awọn ju Ọlọrun lọ, wọn si mu Ọlọrun jẹ ẹni ti "ko ni orukọ apọnle."

Ni ọjọ kan inu bi mi gidigidi mo si sọ fun Oluwa "Ọlọrun, kilode ti o ko fi han ogbologbo aye yii ẹni ti Iwọ i se? Kilode? Nigba naa ni O fun mi ni Orin Dafidi 78 nibi ti O ti wipe, "O si fi agbara rẹ̀ fun igbekun, ati ogo rẹ̀ le ọwọ ọta nnì" Orin Dafidi 78:61 Ọlọrun ko tii gba gbogbo ogo Rẹ kuro lọwọ ọta. Ko tii tu ipá Rẹ sori aye yi. **Sugbọn yi O pada wa se bẹẹ.** O n gbọn ara Rẹ lọwọlọwọ. Awọn nkan ti a ti n sọ ati eyiti a n se lodi si loni ... O n gbaradi lati gbọ ara Rẹ bii ẹni ti o ti wa loju oorun to jinlẹ, yio o si kọlu awọn ọta Rẹ "lẹyin." Nigbati O ba si se bẹẹ, ounkan yoo sẹlẹ. Yio mu ipá rẹ kuro ni igbekun ati ògo Rẹ kuro lọwọ Satani.

O gbe agọ eniyan wọ, O se ara rẹ ni ẹniti "ko ni orukọ apọnle," ati, nigbati a si ti ri i ni ìrí eniyan, O rẹ̀ ara Rẹ̀ silẹ. Njẹ ẹ mọn, kosi eniyan rere Kankan ti o le e ra iran eniyan pada. Kosi Ọmọ Ọlọrun kankan ti o le e ran iran eniyan pada. Jesu nikan soso gẹgẹ bi Ọmọ eniyan ni o le e ra eniyan pada. Oungbogbo ti O jẹ ki O to wa saye, ko jẹ́ bẹ̣̀ẹ̀ mọn... nitori O gbe aworan eniyan wọ titi lai, ti a se ni afarajọ eniyan. "...ati, nigbati a si ti ri i ni ìrí eniyan, O rẹ̀ ara Rẹ̀ silẹ, o si tẹriba titi di oju ikú, ani ikú ori agbelebu." O se ara re ni ẹniti ko ni orukọ apọnle, nipa gbigbe aworan eniyan wọ - kii se Ọmọ Ọlọrun, sugbọn Ọmọ eniyan. Ko le e lailai ni ibasepọ kanna to ni tẹlẹ pẹlu Baba nigba ti O fin Ọrun silẹ wa saye mọn: Yoo titi lai jẹ ẹni ti a se laworan eniyan.

II. Bawo Ni A Se Le e Ma Gbọran Si Igbe Jesu Yi?

Bawo ni se le e? **BAWO NI A SE LE E MA TẸ SI AGBELEBU RẸ?** Bawo ni a se le e ma gbọ igbe Oluwa, ti o rẹ ara Rẹ silẹ? Boya o ko mọn oun ti yio tumọn si. O damiloju pe n ko mọn oun ti yio tumọn si fun Oluwa awọn oluwa ati Ọba awọn ọba lati wa ki a si tutọ́ si i lara, fii ré, kẹgan Rẹ, se inunibini si i – gbogbo awọn ohun ti ko boju mun to bẹ, awọn oun buburu – ki o si wa pari rẹ sibi agbelebu: **igbọran koda doju iku fun iwọ ati emi.**

Mo lero be àyà kò wá lati lero pe a le e sọrọ bi o se wu wa si Ọlọrun ju pe ki a gbọran sii lẹnu lọ. N ko mọn bi a se ro pe a le e lọ lọna aye, ki a si sẹ igbagbọ laye yi, nigba ti Jesu ko ni ìsẹ́ igbagbọ rara. Bawo ni a se le e se eyi? A ko le e se e. Bi o tilẹ jẹ pe a lero pe a le e muu jẹ, a o le e mujẹ. Nitori O di ẹniti "ko ni orukọ apọnle" ki o le dabi eniyan. O yẹ ko fun wa ni itiju lati le e ni èrò ọna miran ju ọna Ọlọrun lọ.

Mo ranti ọjọ ti mo joko nile ni India. Odọmọnkunrin kan bi mi ni ibeere kan: "Gbogbo èsìn lo dara, abi bẹẹkọ? Ti o ba nigbagbọ ninu rẹ?" Lojiji nkankan sẹlẹ si mi. Oluwa gbe mi soke lọ si ipele ayeraye: o jẹ saaju akoko, ki a to da eniyan. Bi mo se wa ni ipele ayeraye, mo gbọ itakurọsọ laarin Ọlọrun Baba ati pẹlu Ọmọ Rẹ, Jesu. Mo ni imọnlara ifẹ Ọlọrun to ga ti O ni fun ẹni yii to gba lati jẹ alailorukọ apọnle, sugbọn ti O gba lati dabi eniyan – ki O ba a le mu wa kuro ninu idajọ ti a ti kede rẹ lori iran eniyan gbogbo, lati gba wa kuro lọwọ Satani ki o si rawa pada sọdọ Baba.

Mo ni imọnlara ifẹ Baba fun Ọmọ Rẹ iyebíye ati iye ti yoo san, bi wọn se bẹrẹ si n jumọn sọrọ lori oun ti yoo se fun iran eniyan ti wọn fẹ da yi, bi wọn se mọn daju pe eniyan yoo subu latọwọ Satani a o si dawọn lẹbi titi lai laisi Ọlọrun. Ni mímọn eyi, Ọlọrun da eniyan fun ifẹ ara Rẹ.

Bawọ ni o se seese fun wa lati lọtíkọ́ ni alẹ yii ki a si fi aye yii kun ifẹ wa? Bawo ni a se le e da ara wa pọ mọn awọn ounkan aye yii ki a si ro pe a n se ifẹ Ọlọrun? Bawo lo se see se fun wa? Bawo ni a tilẹ se le e ronu nipa awọn nkan wọnyi? Oh, o gbọdọ ni eyi; o gbọdọ ni tọun..."

N ko mọn oun ti mo sọ fun awọn eniyan naa nibi tabili lọjọ naa, sugbọn ounkan ni mo mọn: mo ti lọ si iwaju Ọlọrun Alagbara julọ, mo si ti wa ni iwaju Ọmọ Rẹ, mo si mọn bi ọkan Ọlọrun se ri, mo si mọn bi ọkan Jesu ti rí, mo si mọn iye ti wọn gba lati san lati mu ki awọn ti a n pe ni eniyan ni ibikan to n jẹ aye ti Ọlọrun da fun wọn, koda iye agbelebu naa – koda iye fifi ẹmi Rẹ lélẹ̀ lati dabi eniyan. Ko nilo lati se e. Ọlọrun ko nilo lti ni wa, sugbọn O fẹ eniyan ti yio fẹran Rẹ ti yio si sìn-ín kii se toripe O fipá mu wọn lati se e, kii se toripe O fi awọn gbedeke ti ẹnikankan ko le e bamu si, sugbọn toripe Ọmọ Rẹ nifẹ wa. Ọlọrun fẹran wa to bẹẹ gẹ to fi ran Ọmọ Rẹ sinu aye lati kú fun wa. Jesu si fẹ wa to bẹẹ gẹ ti o fi fi ẹmi Rẹ lelẹ lori agbelebu fun wa.

Nigba naa bawo ni a se le e tara wa lọpọ to bẹẹ? Jẹ ọpọ to bẹẹ debi pe a lérò pe a le e se aifọlafun un? Bawo lo se se e se fun wa?

Ìba oun to si n beere lọwọ wa ni ki a mu aye yii ki a si jẹ ko jẹ mimọn pátápátá fun un. Ìwọ̀nba oun to n beere ni ki a mu gbogbo awọn oun ti Satani ti fi sori wa kuro, ki a si jẹ kíkún pelu ayọ Rẹ, pẹlu ifẹ Rẹ, pẹlu alaafia Rẹ, pẹlu ododo Rẹ. Bawọ la se le e jẹ ko se régí? Bawo ni a se le e gba idalare fun ara wa ninu oun ti a n sọ ati oun ti a n se? Bawo ni a se le e se? A ko le e se e... a ko le e se e.

III. Kani Jesu Ti Sẹ Igbagbọ Nkọ?

Sisẹ igbagbọ jẹ oun buruku gan an loju Ọlọrun. Ti Jesu ba ti sẹ igbagbọ pẹlu Satani ninu aginju, ko ni si irapada fun eniyan. Ẹnikọọkan wa ni ì ba jẹ idalẹbi lati lọ sọrun apaadi. A kò ba lọ sibẹ laisi idariji kankan lati ọdọ Oluwa, kání O sẹ igbagbọ ninu aginju nigba ti n gbiyanju lati mu ki O gba pe Ọmọ Ọlọrun ni oun í se. O gbe aworan eniyan wọ lati ra eniyan pada pẹlu iduro Rẹ gẹgẹ bii Ọmọ eniyan. O yan lati di ọ̀kan lara wa. O yan lati jẹ ẹniti "ko ni orukọ apọnle," ki O baa le e mu wa wá si iwaju Ọlọrun, ki O baa le e mu oungbogbo to lodi si Ọlọrun kuro ninu aye wa; ki O baa le e jẹ oungbogbo si wa. Bawo ni a se fẹ rin ilaji ọna pẹlu Ọlọrun? Bawo lase lero pe a le se é? **Ko se é se. KO SE É SE.**
Iye ti O san pọ̀ jù.

N ko mọn bi mo se pẹ to ni ìpele ayeraye. Ko si akoko

Ko Ni Oruko Aponle

nibẹ. Ayeraye nikan lo wa. Sugbọn oun kan sẹlẹ si mi. Nse lo dabi wipe Oluwa mu mi lọ si àtètèkọ́se nigba ti O da aye, ti O si fi eniyan sórílẹ̀ aye. Mo wo gbogbo nkan wọnyi bo se n sẹlẹ, mo si wo o wá sísàlẹ̀ de akoko ti Jesu dabi eniyan – ni aworan eniyan. Bi wọn se gbiyanju lati pa a kété ti a bi i. Awọn Farisi ati Sadusi gbiyanju àti pa a; Satani gbiyanju lati pa a ninu aginju. Sugbọn O lo sibẹ pẹlu agbara, O si jade pẹ̀u agbara! Amin! Agbara Ẹmi Mimọ!

O sẹgun fun irapada wa nibi agbelebu, sugbọn O ja ajasẹgun lori Satani fun wa ni aginju. O ja ogun yii gẹgẹ bii Ọmọ eniyan, ko ja a bii Ọmọ Ọlọrun. Satani gbiyanju lati dán Jesu wò ki O le se bi Ọmọ Ọlọrun, sugbọn kò se bii Ọmọ Ọlọrun. O mọn pe Oun ti wá gẹgẹ bi Ọmọ eniyan, Oun si gbọdọ lo sori agbelebu gẹgẹ bii Ọmọ eniyan, kii se bi Ọmọ Ọlọrun. O fi lélẹ̀ nitori ìwọ ati èmi. **O fi lélẹ̀ fun gbogbo aye.** Titi de awọn ìrandíran igba.

Lẹẹkansi mo n wo oun ti o n sẹlẹ: gbogbo oun ti o sẹlẹ si Jesu ati nibi agbelebu, ati lẹyin iku Rẹ, ati lẹyin ajinde Rẹ. Nigba naa lẹyin ajinde Rẹ, awọn ìsẹ̀lẹ̀ yipada. Ounkan sẹlẹ ni ajinde. Jesu pari oun ti Baba ran an lati se. O jẹ lati mu gbogbo iran eniyan ti yoo pada sọdọ Baba, wa pada sọdọ Ọlọrun, pẹlu idariji awọn ẹsẹ wọn, ati aye wọn ni yiyipada.

Nigba ti O ji dide ninu òkú, Bibeli wipe awọn eniyan mimọ ji dide pẹlu Rẹ. Abi bẹẹkọ? Njẹ ẹ mọn oun ti o sẹlẹ si awọn eniyan mimọ naa? **Wọn wa lókè lọhun wọn si n duro de iwọ ati èmi lati di mimọ!** Wọn wa loke wọn si n duro. Ogunlọgọ ti eniyan kankan ko le e ka n wolẹ nihin wọn si n wipe, "E e se ti ẹyin eniyan o gba Ọlọrun laaye lati se oun ti O nilo lati se pẹlu yin? Ẹ n mu ki asiko ipadabọ Oluwa falẹ." Kii se pe wọn n se ikaanu yin. Wọn nni ijagudu nitori ẹ n gba akoko to pọ! Ẹ ko jẹ ki Ọlọrun se isẹ ti O nilo lati se, ki

Jesu o le pada wa. Jesu yi kanna ku lori agbelebu O si jinde. Jesu yi kanna dárîi gbogbo ẹsẹ wa jin wa. Jesu yi kanna n pada bọ. Eyi si ni oun ti O wi: "Nitorina Ọlọrun pẹlu si ti gbé e ga gidigidi, o si ti fi orukọ kan fun un ti o bori gbogbo orukọ: Pe, li orukọ Jesu ni ki gbogbo ẽkun ki o mã kunlẹ, awọn ẹniti mbẹ li ọrun, ati awọn ẹniti mbẹ ni ilẹ, ati awọn ẹniti mbẹ nisalẹ ilẹ; Ati pe ki gbogbo ahọn ki o mã jẹwọ pe, Jesu Kristi ni Oluwa, fun ogo Ọlọrun Baba." Amin.

IV. Gbogbo Eekun Ni Yio Kunlẹ

Kini o jẹ si wa, lati san iye yii ki a ba a le e duro niwaju Rẹ ki **O le e se wa bi Oun ti ri?** Kini idi ti a fi n sẹ igbagbọ nigba naa? Kilode ti a n gba awọn nkan aye yi, ati èsù, ati awọn eniyan, ati awọn ounkan lati di wa lọwọ àti wọ inu Rẹ nibi ti a o ti mọn pe Kristi ni ninu wa? A le e mọn pe ifẹ yi n yi aye wa pada.

Ọkan kanna ti Jesu ni, O n fi i fun wa – ki a ba a le se ifẹ Baba, nipasẹ Jesu Kristi to ku fun wa. O jíǹde, ko si ni oun se boya wọn gbagbọ tabi wọn ko gbagbọ. Ko ni oun se boya wọn jẹ ìkà tabi wọn ki i se ìkà. Ipo ti wọn wa niwaju Ọlọrun ni alẹ yii ko ni oun se. Ko ni oun un se. "Gbogbo eékún ni yoo kúnlẹ, ati gbogbo ahọn ni yio jẹwọ pe Jesu Kristi ni Oluwa." Wọn yio se e, wọn si le e se ninu ibinu tabi ikorira wọn, tabi ninu iparun ẹmi wọn patapata, sugbọn wọn yoo se e.

Boya wọn fẹ ni tabi wọn kọ.

Ojọ n bọ wọn yio si nilo lati kede rẹ. Nkò ro pe o jina, nitori Oluwa wa san iye kan fun wa lati kun fun ikunrẹrẹ Ọlọrun – ikunrẹrẹ Ọlọrun kanna. Jesu san iye naa ki a ba a le duro niwaju Rẹ ni ọjọ idajọ - duro pẹlu igboya. Kii se igboya wa, sugbọn ninu irẹlẹ otitọ Jesu Kristi. Duro nibẹ pẹlu irẹlẹ, niwaju Ọmọ Ọlọrun, ki a baa le ri bi O se ri.

V. Kini Yio Tumọn Si Fun Jesu?

Njẹ o le e ronu nipa oun ti yio tumọn si fun Jesu, nigba ti O ba ri awọn ogunlọgọ ti o ti rí gẹlẹ bi Oun ti ri. Yio fi ijọba naa fun Baba. Ijọba yi ti Satani gba kuro lọwọ Ọlọrun, o lero pe oun n bori gbogbo rẹ. Rara, ko ri bẹ ẹ, nitori ni ọjọ kan Jesu Oluwa wa yio wipe, "Wá pẹlu mi. Mo fẹ ki o tẹle mi bi mo se n lọ se ififunni ijọba aye yii." **Ijọba ti Jesu mu wa si aye yi.** Ki i se ijọba ti afẹ́ aye. "Wa kalọ, akoko naa ti to wàyí lati fi i fun Baba." Kini o ro pe Baba yio se nigba ti O ba wo wa to si ri Jesu? Ko ri wa, O ri Jesu. Oun ti O n wo lọ́wọ́h ni yi, O si n ri Jesu to n gbẹ to si n mọn aye wa ki o ba a le wipe, "Ẹ jé kálọ, ẹ̀yin ẹbí, Mo fẹ fa yin fun Baba Mi." Jesu di Ọmọ eniyan ti ko ni orukọ àpọ́nlé, ki awa o ba a le di ọmọ Ọlọrun – ki a ba a le darapọ mọn ọn.

Bawo ni àyà se kò wá? Bawo ni a se lérò pe a láyà lati se eyi fun Jesu? Bawo ni àyà se kò wá lati jẹ ki aye wa je èyí to kùnà ti o si kún fun idaji èsù ati idaji ara wa, dipo ki a fi gbogbo rẹ fun Jesu, ki a si gba Jesu laye lati wa sinu wa? Mo lérò pe a nilo lati rò ó ki a si ri ibi ti a dúró ninu Rẹ, nitoriti O fẹ ki a duro ninu ẹkúnrẹ́rẹ́ ẹ Baba.

Lati se eyi, gbogbo ahọn gbọdọ jẹwọ pe Jesu Kristi ni Oluwa, si ògo Ọlọrun Baba. Mo ni ireti pe loni isẹ iransẹ yii yoo ru ọkan rẹ soke ni ọna ti o kò tii ni ìrusókẹ̀ rí ni gbogbo ọjọ aye rẹ, yio si mu ki o yípo pada ki o si di ẹniti "ko ni orukọ apọnle" gẹgẹ bii Jesu. Pe iwọ yoo sawari pe Jesu se e fun wa, ki a ba a le wólẹ̀ niwaju Rẹ, ki a si fi ògo fun un. Fi ògo fun un fun gbogbo oun kekere to O fi fun wa. Gbogbo ìtànsán ìrèti, gbogbo oun ti a ni, Oluwa ni O fi wọn fun wa. Ẹ jẹ ki a gbọn awọn nkan yoku yii kuro lara wa.

VI. Kiki Oun Ti On Beere Nipe Ki A Fun-un Ni Oungbogbo Ti A Ni

Mo mọn ọdọmọkunrin kan ti o rin kuro nibi oun ti Ọlọrun ni fun un. Bawo ni eniyan se le e rin kuro, nigba ti Ọlọrun ti se ọpọlọpọ ninu aye e rẹ? A le maa dágbọ́n ayò pẹlu eniyan, sugbọn a ki i se bẹ pẹlu Ọlọrun. **Jesu san gbogbo rẹ... lati fi oungbogbo ti Baba ni fun wa fun wa.** O jẹ tiwa loni, kiki oun to n beere ni fun wa lati fun un ni oungbogbo wa, yio si mún un, yio si fi oungbogbo tirẹ fun wa. O ti san iye re fun wa na, ti o fi jẹ pe ni ọjọ kan a o le e duro niwaju Rẹ tigboyatigboya a o si mọn pe O ti so wa di bi Oun ti ri, pẹlu ẹ̀jẹ Rẹ iyebíye, ati ni orukọ Rẹ alagbara. O ti yi aye wa pada.

Ọlọrun n wipe, "Jọ̀wọ gbogbo rẹ fun Jesu."

Iwọ yoo ba isẹ iransẹ yii pade lọ́nà rẹ nibikan. O gbọ́ ọ, Ọlọrun yoo si kà á si ọ lọ́rùn. Iwọ yoo ba a pade lọna rẹ. Mo gba ọ niyanju lati ba a pade ki idajọ to de. Mo nireti ki o pinnu loni lati jẹ ki Jesu jẹ oungbogbo ninu oungbogb fun ọ. Mo nireti pe wọ yoo fi gbogbo rẹ lelẹ lẹ́sẹ̀ Jesu, ki o si jẹ ki O di Oluwa awọn oluwa ati Ọba awọn ọba fun ọ. Yin orukọ Rẹ logo.

"...Ọlọrun ni n sisẹ ninu nyin, lati fẹ ati lati sisẹ fun ifẹ inu rere rẹ̀... Ki ẹyin ki o le jẹ aláîlẹ́gàn ati oniwa tutu, ọmọ Ọlọrun, alailabawọn, larin oníwà wíwọ́ ati alarekereke orilẹ̀-ede, larin awọn ẹniti a nri yin bi imọlẹ li aye; Ẹ si mã na ọwọ ọ̀rọ iye jade; ki emi ki o le sogo li ọjọ Kristi pe emi kò sáré lasan, bẹni emi kò si se lãla lasan." Filipi 2:13, 15, 16

Adura Ipari

Baba, adupẹ lọwọ Rẹ. Jesu, adupẹ lọwọ Rẹ pe O di ẹniti "ko ni orukọ apọnle" bíí eniyan. Ati, Oluwa, o n ya wa lẹnu bi O se le e ku fun awọn bi eyi. A Ọlọrun, iwọ nikan lo gbọdọ sọ pe a jẹ ẹniti "ko ni orukọ apọnle" ayafi ninu Jesu. Oluwa, ni alẹ yii, mu Ẹmi Rẹ jẹyọ ninu wa. Jẹ ki ironupiwada tootọ wa si ọkan gbogbo wa, ki imọnlẹ yi to wa ninu wa ba a le tàn si; ki awa o le rin lai sẹ igbagbọ ninu aye loni; ki imọnle naa le e mọnlẹ si ati siwaju si titi di ọjọ àsepé naa. A fi ògo fun Ọ. A dupẹ lọwọ Rẹ fun Ọrọ yi. A beere lọwọ Rẹ, Ọlọrun wa, muwa de ojú-ìmọ̀n pe kosi yíyẹsẹ̀ ninu Ọlọrun. Oungbogbo ninu oungbogbo ni tabi ko ma si rara. Loni, Jesu Oluwa, ba ọkan wa sọrọ nipa gbogbo oun ti a n gbiyan lati yẹsẹ̀ ninu rẹ̀. A beere lọwọ Rẹ, Jesu, lati mun wa, ki O si jẹ ki a ri ara wa bí ìwọ se ri wa, ki a ba a le duro niwaju Rẹ, ni ominira ninu imọnlẹ Kristi ti yio je fifihan ninu wa. A dupẹ lọwọ Rẹ, Oluwa, fun Ọrọ yi. Adupẹ lọwọ Rẹ fun awọn eti to ti gbọ ọ ati awọn ọkan to ti gba a, ati, Oluwa, a fi ògo fun nitori rẹ nisisiyi, pe iwọ yoo mun un wa si ìmúsẹ. Ni Orukọ Rẹ to je Iyanu ni a beere fun un, ati fun ògo Rẹ. Amin.

AGBEYẸWO: KO NI ORUKỌ APỌNLE

Bẹẹni Tabi Bẹẹkọ

1. ___ Jesu jọwọ abala díẹ̀ ninu oun ti O jẹ ni ọrun lati dabi eniyan.
2. ___ Jesu ko ti i gba gbogbo ògo Rẹ kuro lọwọ ọta.
3. ___ Ọmọ Ọlọrun nikan ni o le e ra eniyan pada.
4. ___ Nisisiyi Jesu ni ibasepọ kanna pẹlu Baba gẹgẹ bi O se ni i ki O to wa saye.
5. ___ A le e rin ni ọna aye.
6. ___ O ye ko jẹ ojuti fun wa lati ronu ọna miran yatọ si ọna Ọlọrun.
7. ___ Ọlọrun da eniyan fun ifẹ ara Rẹ bi o tilẹ̀ jẹ pe O mọn pe eniyan yoo subu sọwọ Satani.
8. ___ Ọlọrun nifẹsi awọn eniyan ti yio nifẹ Rẹ ti yoo si sìn in, laise pe O kànńpá fun wọn lati se e, laise pe O fi òté le e ti ẹnikẹni ko ri yẹ, sugbọn nitori pe Ọmọ Rẹ fẹran wa.
9. ___ Jesu sẹ ogun naa fun wa nibi agbelebu.
10. ___ Jesu pari oun ti Baba ran an lati se ni ajinde.

11. ___ Awọn eniyan mimọ n duro fun iwọ ati emi lati gba Ọlọrun laye lati se oun ti O nilo lati se pẹlu wa.

12. ___ A ko le e lailai ni ọkan kanna ti Jesu ni.

13. ___ Gbogbo eékún ni yoo kunlẹ ati gbogbo ahọ́n ni yoo jẹwọ pe Jesu Kristi ni Oluwa.

14. ___ Nigba ti a ba duro niwaju Rẹ ni ọjọ idajọ, yoo jẹ ninu ìrẹ̀lẹ̀ otitọ ti Jesu Kristi.

15. ___ Jesu yio fa ogunlọgọ awọn eniyan ti o ti ri gẹgẹ bi Oun ti ri fun Baba.

16. ___ O di Ọmọ eniyan ti ko ni orukọ apọnle, ki awa o le e di ọmọ Ọlọrun.

17. ___ A le e da ọgbọ́n ayọ̀ títa pẹlu eniyan, sugbọn a kii tayọ̀ pẹlu Ọlọrun.

18. ___ Gbogbo ìtànsán ìrètí, oungbogbo ti a ni, Oluwa ni o fi í fun wa.

19. ___ Gbogbo oun to n beere lọwọ wa ni lati mún aye yii ki a si jẹ ko jẹ yiyasimimọ patapata fun un.

20. ___ Isẹ iransẹ yii yẹ ko ru ọkan wa soke, ki o si mun wa yípo pada lati di ẹniti "ko ni orukọ apọnle" bíi Jesu.

Ori 7
AWỌN OLUSỌAGUTAN ATI AGUTAN

Ẹ JẸ́ KI A LỌ TAARA SINU BIBELI LATI RI OUN TI A LE E KỌ, bi Ọlọrun se n reti Pasitọ ati awọn Adari tabi Olusọagutan lati maa se si agbo agutan Rẹ.

Ẹ jẹ ki a ka Isikiẹli 34.

Isikiẹli 34: ỌRỌ Oluwa si tọ̀ mi wá, wipe, 2 "Ọmọ eniyan, sọtẹlẹ si awọn olùsọ́ agutan Israeli, sọtẹlẹ, ki o si wi fun wọn pe, Bayi li Oluwa Ọlọrun wi fun awọn olùsọ́ agutan; pe, Ègbé ni fun awọn olùsọ́ agutan Israeli, ti ḿbọ́ ara wọn, awọn olùsọ́ agutan kì ba bọ́ ọ̀wọ́-ẹran? 3 Ẹyin jẹ ọ̀rá, ẹ si fi irun agutan bora, ẹ pa awọn ti o sanra: ẹ kò bọ́ agbo-ẹran. 4 Ẹyin kò mu alailera lara le, bẹ̀ni ẹ kò mu eyiti kò sàn li ara da, bẹ̀ni ẹ kò dì eyiti a ṣá lọ́gbẹ́, bẹ̀ni ẹ kò tun mu eyi ti a ti lé lọ padà bọ̀, bẹ̀ni ẹ kò wá eyiti o sọnu, sugbọn ipá ati ìkà li ẹ ti fi nse akoso wọn.

Ka awọn ẹsẹ ti o tẹle yi ki o si di awọn àlàfo to wa ninu àtẹ yii

What those Shepherd were doing	What True Shepherds would do

Nigba ti awọn eniyan to wa labẹ isakoso wa ba subu sinu awọn ẹkọ odi, ti wọn ba sako lọ, ti inu ba bi wọn tabi wọn kan yan lati ma wa si awọn ìjọsin wa mọn, o rọrun fun wa lati di ẹbi rù wọ́n tabi ihuwasi wọn bi wa ninu. Eyi kii se oun ti Ọlọrun fẹ ninu Olusọagutan Rere.

Ka ẹsẹ̀ karun ki o si sapejuwe oun ti Olusọagutan rere se nigba ti agutan labẹ isakoso wọn ba "sọnù".

5 A si tú wọn ka, nitori ti olùṣọ́ agutan kò si: nwọn si di ounjẹ fun gbogbo ẹranko igbẹ́, nigbati a tú wọn ka. 6 Awọn àgùtàn mi sako ni gbogbo òkè, ati lori gbogbo òkè kékèké, nitõtọ, a tú ọ̀wọ́-ẹran mi ká ilẹ gbogbo, ẹnikẹni kò bere wọn ki o si wá wọn lọ.

Kini Ọlọrun sọ ni awọn ẹsẹ to tẹle pe oun yoo se ni ti awọn olusọagutan ti ko wúlò ati ti o jẹ onimọtaraẹninikan?

_____

_____

7 Nitorina, ! yin olusọ agutan, ẹ gbọ ! rọ Oluwa: 8 "Bi mo ti wà, ni Oluwa Ọlọrun wi, nitõtọ, nitori ti ọ̀wọ́-ẹran mi

di ìjẹ, ti ọ̀wọ́-ẹran mi di ounjẹ fun olukuluku ẹranko ìgbẹ́, nitoriti kò si olùsọ́ agutan, bẹ̃ni awọn olùsọ́ agutan kò wá ọ̀wọ́-ẹran mi ri, sugbọn awọn olùsọ́ agutan bọ́ ara wọn, nwọn kò si bọ́ ọ̀wọ́-ẹran mi; 9 Nitorina, ẹyin olùsọ́ agutan, ẹ gbọ́ ọ̀rọ Oluwa: 10 'Bayi li Oluwa Ọlọrun wi; Kiyesi i, emi dojukọ awọn olùsọ́ agutan; emi o si bere ọ̀wọ́-ẹran mi lọwọ wọn, emi o si mu wọn dẹ́kun ati ma bọ́ awọn ọ̀wọ́-ẹran: bẹ̃ni awọn ọlùsọ́ agutan kì yio bọ́ ara wọn mọ, nitori ti emi o gbà ọ̀wọ́-ẹran mi kuro li ẹnu wọn ki nwọn ki o má ba jẹ ounjẹ fun wọn.

SAKIYESI P! LU PE IYATỌ KEKERE WA NINU ! ! LO-! ! RỌ̀. DIPO ki Ọlọrun sọrọ nipa "ọ̀wọ́-ẹran naa" o bẹrẹ si i ni, "ọ̀wọ́-ẹran MI".

11 Nitori bayi li Oluwa Ọlọrun wi; Kiyesi i, emi, ani emi, o bere awọn agutan mi, emi o si wá wọn ri. 12 Gẹgẹ bi olùsọ́ agutan iti i wá ọ̀wọ́-ẹran rẹ̀ ri, li ọjọ ti o wà lãrin awọn agutan rẹ̀ ti o fọnka, bẹ̃li emi o wá agutan mi ri, emi o si gbà wọn nibi gbogbo ti wọn ti fọnka si, li ọjọ kurukuru ati òkùnkùn biribiri. **Eyi ni oun ti Ọlọrun, ti i se Olusọagutan Rere, sèlérí pe oun yio se fun ọ̀wọ́-ẹran rẹ.**

13 Emi o si mu wọn jade kuro ninu awọn orílẹ̀-èdè, emi o si kó wọn jọ lati ilẹ gbogbo, emi o si mu wọn wá si ilẹ ara wọn, emi o si bọ́ wọn lori oke Israeli, lẹba odò, ati ni ibi gbígbé ni ilẹ na. 14 Emi o bọ́ wọn ni pápá oko daradara ati lori òkè giga Israeli ni agbo wọn o wà: nibẹ ni nwọn o dubulẹ ni agbo daradara, pápá oko ọlọ́ra ni nwọn o si ma jẹ lori oke Israeli. 15 Emi o bọ́ ọ̀wọ́-ẹran mi, emi o si mu ki

nwọn dubulẹ, li Oluwa Ọlọrun wi. 16 "Emi o wá eyiti o sọnu lọ, emi o si mu eyiti a lé lọ pada bọ̀, emi o si dì eyiti a ṣá lógbẹ́, emi o mu eyiti o ṣaisan li ara le;
 Ninu awọn ẹsẹ to tẹle, ileri naa ju bẹ ẹ lọ eyi ti o n tọka si Dafidi ni abala díẹ̀ sugbọn ti o n tọka si Jesu ni olubori, eniti o ti iran Dafidi jade wa.
 23 "Emi o si gbe olùṣọ́ agutan kan soke lori wọn, oun o si bọ́ wọn, ani Dafidi iranṣẹ mi; oun o bọ́ wọn, oun o si jẹ olùṣọ́ agutan wọn. 24 Emi Oluwa yio si jẹ Ọlọrun wọn, ati Dafidi iransẹ mi o jẹ ọmọ-alade li ãrin wọn, emi Oluwa li o ti sọ ọ.
 Ninu Johanu 10 Jesu sọ nipa ara rẹ, "**Emi ni Olusọagutan Rere...** (Eniti) o fi ẹmi rẹ lelẹ fun awọn agutan". O se e se pe Isikiẹli 34 ni O n tọka si, nigbati o jẹ pe ọpọlọpọ ounkan lo wa to jọ ara wọn leti. Nigbati Jesu sọ eyi, awọn olórí ẹ̀sìn ti wọn n gbọ ọ binu gidigidi debi pe wọn mu òkúta lati pa Jesu. Boya wọn mọn ẹsẹ bibeli yi ninu Isikiẹli o si ye wọn pe awọn ni Jesu n bawi gẹgẹ bii awọn olusọagutan ti ko bikita. Ọlọrun n gbaradi lati mu ileri yii ṣẹ nipasẹ Ọmọ Rẹ.
 7 Nitorina Jesu tún wi fun wọn pe, Lõtọ, lõtọ ni mo wi fun nyin, Emi ni ilẹkun awọn agutan. 8 Olè ati ọlọ́ṣà ni gbogbo awọn ti o ti wá siwaju mi: ṣugbọn awọn agutan kò gbọ́ ti wọn. 9 Emi ni ilẹkun: bi ẹnikan ba ba ọdọ mi wọle, oun li a o gbà là, yio wọle, yio si jade, yio si ri koríko. 10 Olè kì í wá bikoṣe lati jale, ati lati pa, ati lati parun: emi wá ki nwọn le ni iyè, ani ki nwọn le ni i lọpọlọpọ. 11 "Emi ni olusọ-agutan rere: olusọ-agutan rere fi ẹmí rẹ̀ lelẹ nitori awọn agutan. 12 Sugbọn alagbaṣe, ti kì í se olusọ-agutan, ẹniti awọn agutan kì í se tirẹ̀, o ri ikõkò ti ń bọ̀, o si fi awọn agutan silẹ, o si sá lọ: ikõkò si mu awọn agutan, o si fọn wọn

ká kiri. 13 Alagbase sá lọ nitoriti i se alagbaṣe, kò si náání awọn agutan. 14 Emi ni olusọ-agutan rere, mo si mọ awọn temi, awọn temi si mọ̀ mi, 15 Gẹgẹ bi Baba ti mọ̀ mí, ti emi si mọ Baba; mo si fi ẹmí mi lelẹ nitori awọn agutan." Jesu fi han yékéyéké pe kii se **awọn ọmọ Isrẹli nikan ni oun n sọ** nigbati O wipe, "ọ̀wọ́-àgùtàn Mi". O wa lati fi ẹmi Rẹ lelẹ fun awọn eniyan kaakiri agbaye lati le e wa sinu "agbo agutan".

Johanu 10:16 Emi si ní awọn agutan miran, ti kì í se ti agbo yi: awọn li emi kò lè se alaimu wá pẹlu, nwọn ó si gbọ ohùn mi; nwọn o si jẹ agbo kan, olusọ-agutan kan. 17 Nitorina ni Baba mi se fẹran mi, nitoriti mo fi ẹmí mi lelẹ, ki emi ki o le tún gbà á. 18 Ẹnikan kò gbà á lọwọ mi, ṣugbọn mo fi i lelẹ fun ara mi. Mo li agbara lati fi i lelẹ, mo si li agbara lati tún gbà á. Aṣẹ yi ni mo ti gbà lati ọdọ Baba mi wá."

Jesu pe ọkọọkan awọn ọmọ-ẹyin Rẹ pẹlu ipe kanna, "Tẹle Mi" O si tun fi kun un, "**Emi O si se yin ni apẹja eniyan.**" Lẹyin iku Jesu, nigbati gbogbo awọn ọmọ-ẹyin ti sá ti Peteru si ti sẹ́ẹ lẹ̀ẹ̀mẹta, Jesu se awari Peteru. O n pẹja, kii se ti eniyan, sugbọn fun ẹja – wọn ko si pa nkankan. Jesu yọ si wọn O si pe Peteru níjà.

Ka Johanu 21:15–17. Sapejuwe oun ti Jesu pe Peteru nija fun ati oun ti O pe e lati se:

_____

_____

Èyí ha le jẹ́ pé a n pe Peteru lati di Olusọ-agutan bi? Njẹ Jesu n pe ìran awọn Olusọ-agutan tuntun jade ni?

Ronu nipa awọn ibeere wọnyi nigba ti o n ka Peteru I 5:1-4. Ranti pe Peteru funra rẹ ni o n kọ lẹta yi.

1 Peter 5:1 AWỌN alàgbà ti mbẹ lārin yin ni mo bẹ̀, emi ẹniti i se alàgbà bi ẹyin, ati ẹlẹri ìya Kristi, ati alabapin ninu ogo ti a o fihàn, 2 Ẹ mā tọju agbo Ọlọrun ti mbẹ lārin yin, ẹ mā bojuto o, kì í se àfipáse, bikoṣe tifẹtifẹ; bẹni ki í se ọrọ ère ijẹkujẹ, sugbọn pẹlu ọkàn ti o mura tan; 3 Bẹ̃ni ki i se bi ẹniti nlo agbara lori ijọ, sugbọn ki ẹ ṣe ara yin li apẹrẹ fun agbo.

Peteru n pe awọn alagba laarin wọn, "ẹyin lagba bii mi". Ko gbe ara rẹ ga ju wọn lọ sugbọn dipo bẹẹ o gbe Kristi ga gẹgẹ bii Olóríi Olusọ-agutan ati awọn to ku ati oun tikalara rẹ bii "Olusọ-agutan Lábẹ́". Awọn "Iran tuntun" Olusọ-agutan yii wa labẹ ìtọ́ni Kristi. **Agbo Rẹ** ni a n boju to. Jesu n gba itọju awọn eniyna Rẹ kuro lọwọ awọn olusọ-agutan ti ko wúlò – awọn Farisi ofin, O si n fi wọn sabẹ isakoso awọn eniyan ti a fagbara fun ti a si n dari wọn latipasẹ Ẹmi Mimọ.

Ẹ jẹ ki a ka Ise Awọn Apọsteli 20:28

Ise Awọn Apọsteli 20:28 Ẹ kiyesara yin, ati si gbogbo agbo ti Ẹ̀mí Mímọ́ fi yin se alabojuto rẹ̀, lati mā tọju ijọ Ọlọrun, ti o ti fi èjẹ ara rẹ̀ rà.

Paulu pe awọn alagba (*PIRẸSBUẸTROSI*) ijọ o si **pe wọn nija lati jẹ alabojuto** (*ẸPISKOPOSI*) (Wo ẹsẹ 17)

- Wọn gbọdọ wa ni "ìsọ́de" fun awọn ọ̀wọ́-ẹran
- **Ẹmi Mimọ ni O fi wọn se alabojuto** kii se Paulu. Lẹta Paulu jẹ ki a mọ pe Timotiu, Titu ati Paulu yan awọn adari ni gbogbo ijọ ti wọn da silẹ, wọn si fi wọn se olórí
- Wọn yio ma a dari ijọ tii se ti Kristi ti O san iye rẹ pẹlu èjẹ Rẹ.
- Ẹsẹ 31 Wọn nilo lati maa "wa ni ikiyesara" nitori "awọn ìkokò buburu"

- Ẹsẹ 35 Paulu ran wọn leti pe Jesu ti kọ wọn, "O ni ibukun ninu lati fifunni ju lati gba lọ". Paulu fi ayé rẹ̀ se apẹrẹ bi o se n pese fun aini ara rẹ pẹlu isẹ ọwọ rẹ. Ko gba ounkoun lọwọ wọn.

Ìdarí wa, ki o le dabi ti Jesu, ko gbọdọ ri bii tawọn olusọ-agutan ninu Isikiẹli 34, ti wọn n "pẹlu ipa ati ailanu ... n jẹ gaba lori wọn". O gbọdọ jẹ pẹlu ifẹ. Jesu bi Peteru, "nj,e o nifẹ mi?" O bii leere lẹmẹta gẹgẹ bi Peteru ti se sẹ ẹ lẹẹmẹta. Jesu sọ pe olusọ-agutan rere, "fi ẹmi rẹ lelẹ fun agutan". Iru **ifẹ yii wa lati ọdọ Ẹmi Mimọ nikan** nipasẹ wa. O le fi agbara fun wa lati nifẹ Agbo Rẹ pẹlu ifẹ Rẹ ati lati dari wọn, pawọn mọn, bọ́ wọn, gẹ̀ wọn, daabo bo wọn, ati lati tọ́ wọn.

Ìse Olusọ-agutan Dafidi *Orin Dafidi* 23 fi bi ọkan re se ri si Oluwa han, Olusọ-agutan rere rẹ. Ninu gbogbo làásìgbò ati ìsẹ́gun aye rẹ, Oluwa jẹ Olusọ-agutan rere gidigidi si i. Ni sise idamọn ifẹ Ọlọrun fun ninu gbogbo isẹlẹ pẹlu sọ Dafidi di olusọ-agutan rere fun awọn eniyan rẹ nigba ti o di adari orilẹ-ede. Ti a ba gba Ọlọrun laaye lati nifẹ wa ki o si jẹ Olusọ-agutan fun wa, awa pẹlu yoo kọ lati jẹ olusọ-agutan to nifẹ.

Ẹ jẹ ki a ka Orin Dafidi 23:

23 OLUWA li Olusọ-agutan mi; emi kì yio se alaini. 2 O mu mi dubulẹ ninu papa-oko tútù; o mu mi lọ si iha omi didakẹ rọ́rọ́. 3 O tu ọkàn mi lara; o mu mi lọ nipa ọ̀nà ododo nitori orukọ rẹ̀. 4 Nitōtọ, bi mo tilẹ ńrìn larin afonifoji ojiji ikú, emi kì yio bẹru ibi kan; nitori ti Iwọ pẹlu mi; ọgọ rẹ ati ọ̀pá rẹ nwọn ntù mi ninu. 5

Iwọ tẹ́ tabili ounjẹ silẹ niwaju mi li oju awọn ọta mi; iwọ da ororo si mi li ori; ago mi si kún àkúnwọ́sílẹ̀. 6 Nitotọ, ire ati ānu ni yio ma tọ̀ mi lẹhin li ọjọ́ aye mi gbogbo; emi o si ma gbe inu ile Oluwa lailai.

Dafidi kọ "Orin Olusọ-agutan" yi lati fi oun ti Olusọ-agutan Rere jẹ gan han wa. Gbadura nisisiyi pe Ọlọrun yio kún ọ pẹlu Ẹmi Rẹ yio si se ọ ni **Olusọ-agutan rere** fun agbo Rẹ nitoripe lọjọ kan gbogbo wa la o duro siwaju Rẹ fun awọn nkan ti a ti sọ ati eyi ti a se ati bi a se bojuto eyi to kere ju ninu awọn ará wọnyi.

AGBEYẸWO: AWỌN OLUSỌ-AGUTAN ATI AGUTAN

Awọn Ibeere Fun Ijiroro
 Ni ọna to gba ye ọ, salaye awọn gbolohun kekeke wọnyin ninu Peteru I ori 5, ti o mu ki oun ti Olusọ-agutan rere jẹ ye wa:

1. kì í se àfipáse, bikose tifẹtifẹ
2. ni ibamu pẹlu ifẹ Ọlọrun
3. ki i se ọrọ ère ijẹkujẹ
4. pẹlu ọkàn ti o mura tan
5. ki i se bi ẹniti nlo agbara lori (wọn)
6. ẹ se ara yin li apẹrẹ fun agbo
7. gba ade ogo ti kì í sá"

Awọn Ibeere Agbeyẹwo

1. Ninu Isikiẹli 34 Ọlọrun sọrọ latipasẹ woli nipa awọn olusọ-agutan ti wọn ko sin agutan Olọrun bo ti yẹ. **Yan ọna mẹfa** ti o ri ninu ori bibeli yi ti wọn ko ti se daadaa.

a. Wọn n bọ ara wọn dipo awọn agutan
b. Wọn n tipasẹ awọn agutan Sanra
d. Wọn n fi owu se aṣọ bora e. Wọn n ko awọn agutan jọ
e. Wọn o se itọju alaisan
ẹ. Wọn n daabo bo awọn agutan
f. Wọn ko pe awọn to fọnka pada gb. Wọn n kọ agbo wọn pẹlu suuru
g. Wiwa oju Ọlọrun fun awọn agutan i. Didari pẹlu jijẹ alapẹrẹ
gb. Sise akoso pẹlu ipá ati ìkà k. Sise iwosan fun awọn ti a n ni lara

2. Ninu Johanu 10:16 Jesu se alaye pe awọn agutan ni awọn ọmọ Isrẹli nikan
a. Bẹẹni
b. Bẹẹkọ

3. Nigbati Jesu ba Peteru pade leti omi leyin ti o ti sẹ ẹ, o bi i bi ibeere kan lẹẹmẹta
a. Peteru, "Njẹ o nifẹ mi?"
b. Njẹ iwọ yoo pẹja eniyan?
d. Njẹ iwọ yoo dari ijọ mi?
e. Njẹ iwọ yoo ta gbogbo oun ti o ni ki o si tẹle mi?

4. Kini Jesu sọ fun Peteru lati se, lẹẹmẹta ti o tẹle ibeere kọọkan?
a. Maa ko awọn ọmọ-ẹyin jọ lojojumọn
b. Maa pẹja lojumọnmọn
d. Bọ awọn agutan mi

5. Pẹlu Peteru ilana ìse olusọ-agutan tuntun n jẹ fifidi mulẹ ti o jẹ bii ti Jesu ti yio si fẹ awọn agutan pẹlu ifẹ Rẹ.
a. Bẹẹni
b. Bẹẹkọ

6. Ni wíwo Peteru I 5:1-4. **Yan ọna mẹfa** ti Peteru fi gba awọn aladari niyanju lati maa dari "awọn agbo wọn"
a. Kì í se àfipáse, bikose tifẹtifẹ
b. Lilo agbara lori wọn lati tẹ wọn ba
d. Titi ara awọn agutan Sanra
e. Ni ibamu pẹlu ifẹ Ọlọrun
ẹ. Ki i se fun ère ijẹkujẹ
f. Ẹ tu awọn agutan yin ka
g. Ẹ mu wọn maa se oun ti ẹyin pẹlu ki yio se gb. Pẹlu ọkàn ti o mura tan
gb. Lai fi ipa mun wọn
h. Ẹ jẹ apẹrẹ fun agbo
i. Ẹ fi iwa ika dari wọn
j. Ẹ gba ade ogo ti kì í sá

7. Ileri wo ni a ri ninu Peter I 5:4 fun awọn olusọ-agutan olododo ti yio tẹle awọn iyanju yii?
a. Wọn yio ni awọn ijọ to tobi ju ni awọn ilu wọn
b. Idagbasoke ijọ ni ọpọ ilọpo
d. Ẹ o gba ade ògo naa nigba ti O ba farahan
e. Ọrọ ajẹ yin yoo dagba lọna iyanu

Ori 8
IGBAGBỌ N SISẸ NIPA IFẸ

Adura

BABA, a yin Ọ. Adupẹ lọwọ Rẹ, fun iwapẹlu Rẹ to lọ́wọ̀. Adupẹ pe O bọlá fun wa pẹlu iwapẹlu Rẹ. Adupẹ fun pe Ẹ bu ọla fun wa Oluwa, lati jẹ iransẹ Rẹ lati gbọran si Ọ. Loni, Jesu, ba ọkan wa sọrọ. Sọ ọrọ to wa niwaju wa di eyi ti ko ruju ki awa ki o le e kọ si àya wa, ki a ma baa sẹ si Ọ. Fun Ọrọ Iye yii, adupẹ lọwọ Rẹ Jesu. Bukun awọn eniyan yii Jesu pẹlu awọn ibukun Rẹ to lọ́rọ̀ ju. Oh, Ọlọrun,
O mọn gbogbo aini, Iwọ si ni O le e ba awọn aini naa pade. Adupẹ lọwọ Rẹ Jesu Oluwa. Baba, adupẹ lọwọ Rẹ fun Ọrọ Ọlọrun. Adupẹ lọwọ Rẹ nisisiyi fun awọn oun ti O n se ni aye ẹnikọọkan wa. Ẹ n peelo wa silẹ lati ran wa lọ si ibikibi ti Ẹ ba yan fun wa lati lọ. Adupẹ lọwọ Rẹ, Jesu. Oluwa, jẹ ki Ọrọ yi jẹ oun ti O fẹ ko jẹ fun ẹnikọọkan wa, a gbe orukọ Rẹ ga a si fi ogo fun Ọ loruko Jesu. Amin.

Ẹ jẹ ki a sí sí iwe Galatia ori Karun. Mo lero pe ori bibeli yi se pataki gidigidi si aye ẹnikọọka wa. Oluwa ba mi sọrọ nipa rẹ fun awọn wakati díẹ̀ laarọ yi.

1. NITORINA ẹ duro sinsin ninu ominira na eyi ti Kristi fi sọ wa di ominira, ki ẹ má si se tún fi ọrùn bọ àjàgà ẹrú mọ́.

2. Kiyesi i, emi Paulu li o wi fun nyin pe, bi a ba kọ yin nila, Kristi ki yio li èrè fun yin li ohunkohun.

3. Mo si tún sọ fun olukuluku eniyan ti a kọ ni ila pe, o di ajigbese lati pa gbogbo ofin mọ́.

4. A ti yà yin kuro lọdọ Kristi, ẹyin ti nfẹ ki a da yin lare nipa ofin; ẹ ti subu kuro ninu ore-ọfẹ.

5. Nitori nipa Ẹ̀mí awa nfi igbagbọ duro de ireti ododo.

6. Nitori ninu Kristi Jesu ikọla kò jẹ ohun kan, tabi aikọla; sugbọn igbagbọ́ ti nsisẹ nipa ifẹ.

7. Ẹyin ti ńsáré daradara; tani ha dí yin lọwọ ki ẹyin ki o máse gba otitọ?

8. Iyipada yi kò ti ọdọ ẹniti o pè yin wá.

9. Iwukara kiun ni i mu gbogbo iyẹfun wu.

10 Mo ni igbẹkẹle si yin ninu Oluwa pe, ẹyin kì yio ni ero ohun miran; sugbọn ẹniti nyọ yin lẹnu yio ru idajọ tirẹ̀, ẹnikẹni ti o wù ki o jẹ.

11. Sugbọn, ara, bi emi ba nwasu ikọla sibẹ, ehatise ti a nse inunibini si mi sibẹ? njẹ ikọsẹ agbelebu ti kuro.

12. Emi iba fẹ ki awọn ti nyọ yin lẹnu tilẹ ké ara wọn kuro.

13. Nitori a ti pè yin si ominira, ará; kiki pe ki ẹ máse lò ominira yin fun àyè sipa ti ara, sugbọn ẹ mã fi ifẹ sin ọmọnikeji yin.

14. Nitoripe a kó gbogbo ofin já ninu ọ̀rọ̀ kan, ani ninu eyi pe; Iwọ fẹ ọmọnikeji rẹ bi ara rẹ.

15. Sugbọn bi ẹyin ba ḿbu ara yin sán, ti ẹ si njẹ ara yin run, ẹ kiyesara ki ẹ máse pa ara yin run.

16. Njẹ mo ni, Ẹ ma rìn nipa ti Ẹ̀mí, ẹyin kì yio si mu ifẹkufẹ ti ara sẹ.

17. Nitoriti ara nse ifẹkufẹ lòdì si Ẹmí, ati Ẹmí lodi si ara: awọn wọnyi si lodi si ara wọn; ki ẹ má ba le se ohun ti ẹyin nfẹ.

18. Sugbọn bi a ba nti ọwọ Ẹmí samọna yin, ẹyin kò sí labẹ ofin.

19. Njẹ awọn isẹ ti ara farahàn, ti i se wọnyi; pansaga, àgbèrè, ìwà-èri, wọbìà, 20. Ibọrisa, osó, irira, ìjà, ilara, ibinu, asọ, ìsọtẹ̀, àdàmọ̀,

21. Àrankàn, ipaniyan, imutipara, irede-oru, ati iru wọnni: awọn ohun ti mo nwi fun nyin tẹlẹ, gẹgẹ bi mo ti wi fun nyin tẹlẹ rí pe, awọn ti nse nkan bawọnni kì yio jogún ijọba Ọlọrun.

22. Sugbọn eso ti Ẹmí ni ifẹ, ayọ̀, alafia, ipamọra, ìwà pẹlẹ, isore, ìgbàgbọ́,

23. Ìwà tútù, ati ikora-ẹni-nijanu: ofin kan kò lodi si iru wọnni.

24. Awọn ti i se ti Kristi Jesu ti kan ara mọ agbelebu ti oun ti ifẹ ati ifẹkufẹ rẹ̀.

25. Bi awa ba wà lāye sipa ti Ẹmí, ẹ jẹ ki a si mā rìn nipa ti Ẹmí.

26. Ẹ máse jẹ ki a mā sogo-asan, ki a má mu ọmọnikeji wa binu, ki a má se ilara ọmọnikeji wa.

Eyi ko ha jẹ ọrọ alagbara bi?
"Nitori nipa Ẹmí awa nfi igbagbọ duro de ireti ododo." (Gal. 5:5)
A sọ wa di ododo ninu Kristi pẹlu ododo Rẹ. Ọrọ kekere kan wa nibi. Njẹ o rii gbamu? **Ifẹ.**
Nigba miran ọna ti a n gba huwa si ara wa a ko ni le mọn pe a nifẹ ara wa. Mo yin Oluwa fun ifẹ Ọlọrun. Ọlọrun n yi

aye wa pada nitoriti a ni ifẹ Rẹ, a si tun ni ọpọ nkan ti o si wa ninu wa to n jijadu pẹlu ifẹ Rẹ. Otitọ ha kọ ni eyi? Nitori naa kini o gbọdọ sẹlẹ nibi? Ounkan nilo lati yipada. Ifẹ Rẹ ki yoo yipada nitorina a nilo lati yipada. A nilo lati gba a laye lati yi wa pada. Nisisiyi, mo mọn pe bi eniyan a maa n ni ìkanra gidigidi. Ti a ba wa ninu ara a tilẹ tun maa n ni ikanra to pọ si, a si maa n wa wahala kiri, a si ri i. Eniyan tilẹ tun maa n ri larin awọn to nifẹ wa nitoripe awa pẹlu ko ti i bọ lọwọ rẹ.

Oun ti Paulu n sọ ko ruju rara. Lakọkọ ọna kan soso lo wa ti ifẹ wa fu ifẹ wa lati sisẹ ki igbagbọ Rẹ pẹlu si sisẹ ninu wa. O n sọrọ nipa "laisi isẹ", igbagbọ wa ko ni iwulo fun wa. Nibayi, ọpọlọpọ "isẹ" lo wa laye loni wọn si jẹ pẹlu "igbagbọ" sugbọn kii se pẹlu igbagbọ tán yányán. Wọn pe ni igbagbọ sugbọn awọn tikalara wọn ti se èto gbogbo nkan kò sì sí aye fun Ọlọrun lati se èto ounkoun. Wọn pe isẹ wọn "pẹlu igbagbọ," Sugbọn Ọlọrun ni ọna nipa Ẹmi Rẹ ti O fẹ gba dari wa, kii se labẹ òfin, sugbọn nipa oore-ọfẹ.

Nibayi mo ro pe oore-ọfẹ ni ifarada, abi bẹẹkọ? Ko ri bi òfin. Nigba miran a maa n da bi òfin abi bẹẹkọ, a kii si tẹ si igun kankan? A maa n dabi "bi o ti ri niyi", ẹ mọn? Sugbọn oore-ọfẹ wa o si sọ wipe "Ẹ jẹ ki a sàánú díẹ fun." Nigba naa ni a o kọ́ pe kii se gbogbo eniyan lo wa ni ipele igbagbọ kanna pẹlu wa.

Nitori naa Ọlọrun dara. Kii wọn wa nipa ara wa tabi ẹni keji. O maa n wọn wa pẹlu imọnlẹ Rẹ. A n rin ninu imọnlẹ Rẹ, kii se ninu imọnlẹ wa, iwọ ko rin ninu imọnlẹ temi, emi ko rin ninu imọnlẹ tìrẹ, mo n rin ninu imọnlẹ Oluwa. O n fi fun ọ iwọ si nilo lati rìn ninu rẹ. Awọn ounkan kan n bẹ ti a nilo lati se bi a se n rin pẹlu Jesu. O ni bi awa ba n gbé ninu ẹmi, nigba naa a gbọdọ rin ninu Ẹmi, ẹran ara wa si maa n bọ soju ọna wa nigba miran. A o ni ìrújú. Oluwa sọ lasọ yé níbí, oun ti o jẹ ti Ẹmi ati oun ti kii se ti Ẹmi. Ti a ba ba ara wa ni agbegbe kekere ti kii se ti Ẹmi Rẹ, a nilo lati se idamọn rẹ lógán ki a si se nkankan nipa rẹ̀.

O ni ti a ba n tipa Ẹmi dari wa a wà labẹ oore-ọfẹ, a ko si labẹ òfin. A nilo lati rantipe a ko si labẹ ofin. Boya awọn arakunrin ati arabinrin wa ko ri awọn nkan gẹ́lẹ́ bi awa ti n ri i sugbọn ranti, kii se ninu imọnlẹ rẹ ni wọn ti n rin, wọn n rin ninu imọnlẹ Rẹ ti O ti fi fun wọn. Ranti nisisiyi pe nigba ti a tọ Jesu wa O yi aye wa pada. O mu wa wá sinu ijọba Rẹ. Ninu Rẹ ni iye wa ati ti awa ba gba a laye lati wọ inu aye wa, ti a si dari awọn ẹsẹ wa jì wa, nigba naa ounkan sẹlẹ̀ ninu wa.

A wa ninu ijọba ilu tuntun. A ko si labẹ òfin sugbọn a wa labẹ oore-ọfẹ, oore-ọfẹ si pọ fun wa. **A nilo lati kiyesara lati rii pe a ko maa gbiyan lati fa ẹlomiran lọ si ọna ti a fẹ ki wọn o lọ sugbọn a n tọ́ wọn lọ sọdọ Kristi.** Nitori Kristi ninu wa ni o jẹ ireti ògo. Kii se bi ẹnikan se ronu nipa rẹ, kii se bi awa se ronu nipa rẹ, sugbọn o jẹ Kristi ninu wa.

Oun ni o mun Ẹmi Rẹ wa ti o si n mun wa rin ninu Ẹmi Rẹ. Nigba ti a ba rin ninu Ẹmi Rẹ ọrọ naa wipe a ki yio se imusẹ awọn nnkan ti ara. A nilo lati se idamọn pe O n sọ oun meji. O n sọ pé awọn isẹ ti ara jẹ oun kan sugbọn èso ti Ẹmi ni ifẹ. **Olọrun n wi fun wa, rin kuro nibẹ, jina rere bi o ba se le e jina to kuro nibi awọn isẹ ara;** lọ taara sibi agbelebu ki o si lọ sọdọ Jesu. Ninu ọkan rẹ o nilo lati ni ipinu pe iwọ yoo ya ara rẹ sọtọ kuro ninu ara naa. O ki yoo gba ẹran ara laaye lati dari sugbọn iwọ n lọ si iwaju agbelebu, iwọ n lọ lati fi i fun Jesu, o si ti pinnu pe o fẹ ni ominira. Nisisiyi O wipe, "mase lo ominira naa gẹgẹ bi anfani fun ẹran ara" ati ni awọn igba miran a maa n se bẹ, sugbọn Ọlọrun yoo ba wa sọrọ nipa rẹ.

II. Ofin Ẹmi Iye Ninu Kristi Jesu

O wipe ti a ba n tipa Ẹmi dari wa a wà labẹ ofin tuntun. Ofin naa ti a ni nipa Ẹmi Ọlọrun labẹ oore-ọfẹ ni ofin Ẹmi ìyè ninu Kristi Jesu. O ti sọ wa di ominira kuro lọwọ ofin ẹsẹ̀ ati ikú. Ọpọlọpọ Kristiẹni lo si tun n gbe labẹ ofin ẹsẹ̀ ati ikú. Wọn ko mọn pe ofin tuntun ti wa ti o n sisẹ ninu wọn ati pe wọn nilo lati gba Jesu laaye lati bojuto awọn nnkan to nilo lati jẹ síse. A ni ofin tuntun ninu wa, ofin yii si ni ofin Ẹmi Iye ninu Kristi Jesu. Nibayi pẹlu ofin yii, èso kan wa ti o ti ibi ibasepọ tuntun ti a ni pẹlu Jesu yii wa. Eso ofin iiye ni ifẹ Ọlọrun, ayọ Ọlọrun, alaafia Rẹ, ipamọra Rẹ, iwa pẹlẹ, isore, igbagbọ, iwa tutu, ikora-ẹni-nijanu, ofin kan ko lodi si iru wọnni.

Ranti pe, kosi ofin to lodi si i. Awọn ofin n bẹ to lodi si isẹ ẹran ara. Ti a ba jade lọ ti a si n sisẹ ẹran ara, o se e se fun wa lati pari irin ajo naa si ọgba ẹwọn sugbọn ko ri bẹẹ pẹlu ofin Ẹmi Iye. A jẹ ominira kuro lọwọ ofin ẹsẹ̀ ati ikú. A ko si labẹ ofin naa. A ko si nibi ti a ti n dẹ́sẹ̀ bi aye ti n se sugbọn a nilo lati ranti pe o ni ọna ti gbọdọ gba rìn. A nilo lati rin ninu Ẹmi.

Awọn ounkan n bẹ ti Oluwa ni lati se. Ọpọlọpọ idande nilo lati tọwa wa, abi bẹẹkọ? A nilo lati di titusilẹ lọwọ ofin atijọ ti ẹsẹ ati iku. Nisisiyi nigba ti a se itẹbọmi, Bibeli wipe ogbologbo okunrin nni ti di bibo mọnlẹ. Eyi ko ha dunni ninu bi?

A tọ mi dagba bii nasarinni, ti eniyan si nilo lati ba ogbologbo okunrin nni ja ni gbogbo ọjọ aye rẹ. Sugbọn ni ojọ kan Oluwa fi han mi pe ki i se ootọ. O lagbara gidi gan ọna to gba fi han mi. Mo n jisẹ iransẹ lori itẹbomi ti omi nigba naa lojiji Oluwa mu mi lọ si ipele iran ti n ko mọn ounkoun nipa rẹ. Ipade naa gba wakati meji gbako. O mu mi lọ si iboji to lomi pẹlu rẹ O si fi han mi oun ti o tumọn si lati te wa bọ omi sinu iku Rẹ.

A gbe ogbologbo okunrin nni lọ sibẹ, a sinku rẹ ko si jẹ ọkan lara wa mọn. A si wa rii wipe a jade bi ẹda tuntun, isẹda tuntun pẹlu aye tuntun ninu wa ati awọn oun atijọ lo ti kọja lọ. A se amusẹ ofin sugbọn oore-ọfẹ lọ pẹlu wa sibẹ. Bi Ọlọrun se fun mi ni iriri yii O mun mi lọ si isalẹ; O gba awọn kọkọrọ naa kuro lọwọ Satani O si ko wọn le mi lọwọ. O jẹ asiko to dara. Ògo ati iwapèu Ọlọrun kun inu yara bi O se bẹrẹ si ni fi ọrọ Rẹ han bi o se ri, bi o si se ri fun wa loni.

A ko nilo lati jijadu pẹlu ogbologbo okunrin ẹsẹ, a nilo lati gbe e sọnu nipa itẹbọmi omi. Fi i fun Jesu yio si gbé e sin sisalẹ nibẹ. E wo o, a ko l e e ri idariji fun un nitoripe a ko se e. A le e mu ogbologbo okunrin ẹsẹ̀ ki a sì sin-ín. Ojuse naa wa di tiwa, a ko le e di ẹbi naa ru ogbologbo okunrin ẹsẹ̀ nni.

Lẹyin itẹbọmi ti awọn ounkan ba wa ninu aye wa, a nilo lati ranti pe ojuse wa ni lati ti wọn jade ki a si ju wọn nu. Ogbologbo okunrin naa... abuda ẹsẹ̀ nni ti kú o si ti di gbigbe sin nitorina a ko le e di ẹbi ru u mọn. Awọn Kristiẹni maa n di ẹbi ru abuda ẹsẹ̀ atijọ ti wọn ba se ounkan ti ko tọ́ sugbọn eyi ko sisẹ́ nitoripe ọ̀rọ̀ naa wipe abuda ẹsẹ̀ naa ti kú a si ti gbe e sin nipa itẹbọmi ati nisisiyi o di ojuse rẹ iwọ yoo si nilo lati duro siwaju Ọlọrun.

III. Ti A Ba Rin Ninu Ẹmi Nigba Naa Ni A n Rin Ninu Ifẹ Rẹ

Ọlọrun sọ nibi yii pe Mo ni ìrìn tuntun fun ọ, o jẹ ìrìn ninu Ẹmi. Ti o ba n gbe ninu Ẹmi nigba naa ni o n rìn ninu Ẹmi. Kini o maa n sẹlẹ si ọpọ̀ eniyan? Wọn kii se idamọn oun ti Jesu ti se fun wọn. Wọn a maa tẹsiwaju ni ríru gbogbo awọn nkan wọnyi pẹlu ero pe awọn gbọdọ rù ú nitoripe ogbologbo okunrin nni wa nibẹ kò sì sí nkan ti a le e se sii. Sugbọn eyi kii se òótọ́, ko si nibẹ. Nitorina o jẹ ojuse wa lati mun un kuro funra wa. Ti a ba ni awọn igbe aye atijọ díẹ to sẹ́kù, kì bá sàn ki a ké wọn kuro ki a si wipe "Oluwa, nko fẹ wọn... Mo fẹ rin ninu Ẹmi, mo fẹ maa gbé ninu Ẹmi, mo fẹ ki ẹmi Ọlọrun ni aaye ninu mi."

Ti a ba rìn ninu Ẹmi nigba naa ni a n rin ninu ifẹ Rẹ nitoripe èso Ẹmi Rẹ ni ìfẹ. O mọn bi o se ni imọnlara kíkún fun ìfẹ́ tó nigba ti o wa sọdọ Jesu? Ifẹ naa lagbara gan nigba ti o fi aye rẹ fun un, nigba naa ni ayọ Rẹ, ati alaafia Rẹ wa sọdọ rẹ. O ni aye tuntun. O di ẹda tuntun ninu Kristi Jesu.

Ẹ jẹ ki a ri bi a se le gbe awọn isẹ ara sọnù kíákíá. Awọn eniyan maa n se asise boya wọn kii baa ọ sọrọ lọna to yẹ sugbọn wọn o jábọ fun Ọlọrun nipa rẹ, kii se fun ìwọ. Sugbọn, ọna ti o gbà gbàá mọnra? Iwọ o nilo lati jábọ fun Ọlọrun nipa rẹ. A nilo lati kiyesara ki awọn eniyan ma baa koba wa. Eniyan ni gbogbo wa, gbogbo wa la si n kọ bi a se n rìn ninu Ẹmi. A ko ni fẹ ki awọn isẹ́ eniyan ko eeri ba wa, a fẹ jẹ ominira ninu ifẹ Ọlọrun, ati ki o si mọn pe Jesu pèsè ife naa fun ọ nipa Ẹmi Rẹ ki ifẹ Rẹ alaileeri baa le san ki iwọ o si di ominira. **Ifẹ Ọlọrun ni idahun.**

Nigba miran ọwọ́ wa maa n dí, a maa n gbagbe pe awọn ìse-ara ati oun tẹ̀mí nilo lati maa sàn papọ bibẹ kọ a o ni ikọlu, abi bẹẹ kọ? Kini isoro lode oni laye onigbagbọ? A maa n jẹ ẹni ẹmi débi pé a maa n gbagbe awọn ìse-ara. Ọlọrun wipe a nilo lati mu oun tẹmí wọnu ìse-ara ki ìse-ara wa baa le e di oun tẹmí ati oun tẹmí di ìse-ara. Nigba naa nikan, ni a le e sàn papọ lai kọlu ara wa. A o rin papọ nitoriti a wa ninu Ẹmi Ọlọrun. Ikọnin to se pataki julọ ni lati kọ wa bi a se n sàn nipa Ẹmi Ọlọrun.

Oluwa sọ eyi fun mi, "ti o ba kan sọ fun wọn lati gbadura fun ounjẹ yi ati awọn eniyan to n gbà á, nigba naa Ọlọrun yio sisẹ pẹlu wọn. Wọn yoo mọn. O ki yio fẹ lati sun díẹ̀ laarin nitoripe okun Ọlọrun ati ayọ yoo wa pẹlu rẹ. Bi o se n gbadura fun, ifẹ Ọlọrun n tọ wọn lọ.

Njẹ o mọn pe bi eniyan ko ba ni enikankan lati gbadura fun un, Ọlọrun ko le e gbà á la? Nje o mọn idi? Nitoripe a gbọdọ pe Ọlọrun lati gba wọn la. Ẹnikan gbọdọ wa to bikita to bẹẹ lati gbadura fun wọn nitoripe Ọlọrun ko kan ni déédé jade lọ ki O si fipa mu ẹnikẹni lati wa sọdọ Rẹ. Ẹnikan ni lati bìkítà to lati jẹ olusipẹ ti yoo fa wọn sọdọ Ọlọrun.

IV. Ọlọrun N Pe Wa Lati Kọ́ Lọdọ Ẹmi Rẹ

A n gbe ni asiko to yani lẹnu. A n gbe ni asjiko ti awọn orilẹ-ede n korajọpọ siwaju Ọlọrun. A nilo lati jẹ olotitọ ninu mimu ihin rere ijọba Jesu Kristi yii wa fun awọn orilẹ-ede ninu aye. Aye kan n bẹ nita ninu Iyapa ẹ̀sìn onigbagbọ, Musulumi, Hindu, Buda, Awọn ti ko ni ẹsin kankan wọn ko si mọn Jesu. Ọjọ naa niyi ti Oluwa n tu Ẹmi Rẹ jade. Ọjọ naa niyi ti O n kọ wa lati san nipa Ẹmi Rẹ, ti O n fi ifẹ Rẹ kun wa nitoripe ifẹ naa ni oun ti yoo yi aye awọn eniyan pada.

Ọlọrun n pe wa ki ẹmi Rẹ baa le kọ wa ti yoo fi jẹ pe ti a

ba jade lọ sita, ifẹ Ọlọrun yoo fa wọn wa. **Alaafia Ọlọrun, ayọ Rẹ, ododo Rẹ wa nibẹ lati fa wọn wa sọdọ Rẹ. Aye n wa ifẹ Ọlọrun.** Ni owurọ yi mo ni imọnlara ifẹ naa pupọ. Oluwa n wipe ẹ jẹ ki a gbe ninu Ẹmi ki a si rin ninu ẹmi. Fi ifẹ Rẹ han, alaafia Rẹ, ayọ Rẹ, ipamọnra, iwa pẹlẹ, isore ati igbagbọ, iwa tutu. Eyi ni mo fẹran gidigidi; wọn ko le e fòfin gbé ọ fun eyi. Kosi ofin to lodi si i. Wọn ko le e gba kuro lọwọ rẹ... nitori naa rin ninu rẹ.

Oun ti Ọlọrun n se lagbara gidi gan. A gbọdọ kọ gbogbo wa latọwọ Ẹmi Oluwa. Bi a ba se tete gba Ọlọrun laaye lati kọ wa ninu awọn oun kekere, bẹẹni yoo se tete fun wa ni awọn isẹ ńlá lati se. Mo mọn pe a n rò pé gbogbo wa ni a ti se tan lati jade lọ sugbọn a ko si tii se tan tóbẹ̀. A lero pe a ti se tan. Boya a nilo lati bẹ ànàmọ́n díẹ̀ si, tabi ki a nu ilẹ̀ díẹ̀ si tabi ki a fọ abọ́ díẹ̀ si. Oun yowu ti i baa jẹ ti Ọlọrun n kọ wa lati pèèlò wa silẹ, oun to se pataki julọ ni bíbọ́ oun atijọ silẹ ati gbigba ifẹ Ọlọrun laaye lati wa sinu wa. A ko ni maa jowú tabi se ìlara ara wa, a ko si ni gé ara wa léyín tabi jẹ ara wa sugbọn a nilo lati rin ninu ifẹ Rẹ.

O dabi wipe lẹẹkan làárè a nilo lati maa ranti pe Jesu fẹ wa. Sugbọn yii ti O fi fun wa kii se awa lo wa fun. Kini o wá wà fun nigba naa? Ti a ba paámọ́n fun ara wa, ko se anfani kankan fun wa. Kini a nilo lati se? Ki a pin-in sita. Bawo ni a se le pin sita? Nipa lílọ si ile-ijọsin lọjọ isinmin bi? Rara. Ọna kan soso lo wa, nipa inu rere si awọn ará. Ti o ba ni arakunrin kan to wa ninu aini, isẹ iransẹ yii jẹ apẹrẹ nla ifẹ Ọlọrun. Nisisiyi kii se awa ni a se e, Ọlọrun lo se e.

Loni, awọn oun nla ati oun alagbara n sẹlẹ a si ni ipa lati kó ninu rẹ. Ìwọ ni ipa lati kó ninu rẹ. Ọlọrun ko kan pe ọ wa sibi ki o kan le wa nibi lasan. O pe ọ ki o baa le se oun ti o ba nilo rẹ lati se, O pe ọ lati kún ọ pẹlu ifẹ ati ikaanu Rẹ, lati yi aye wa pada ki a baa le e ba aini awọn miran pade.

V. We're Under A New Law, The Law Of His Love

A wa labẹ ofin tuntun, ofin ifẹ Rẹ - ayé tuntun ninu Kristi Jesu. Mo lero pe ni owurọ yi a nilo lati dìrọ̀ mọn ọn. Ni awọn igba miiran a maa n kun fun ara wa debi pe a maa n padanu rẹ. Ọlọrun fẹ ki a rí kọja ara wa. Njẹ ẹ mọn pe èsù sọ fun mi nigba kan, "Bawo ni o se fẹ jisẹ iransẹ fun awọn eniyan, wo aye rẹ." Mo wipe, "Mo mọn eyi Satani." Mo dide kuro ni ilẹ mo si jan ẹsẹ mi mọnlẹ si i mo si wipe, "Esu, emi yoo gbọran si Oluwa lẹnu, emi yoo jisẹ iransẹ fun awọn eniyan, Ọlọrun yoo si boju to mi!" Ko dami laamu mọn nipa rẹ nitori ounkan lo mọn daju, mo mọn oun ti mo n se ko si le e dámi duro. O mọn pe n ko ni tẹti si oun. Mo mu iduro mi sinsin. Mo mu iduro mi sinsin, mi o si fi ọkankan ninu awọn oun ti mo sọ sawada.

Nisisiyi a le pinnu lati gba Ọlọrun laaye lati kọ wa bi a se le sàn nipa Ẹmi Rẹ ati ninu ifẹ Rẹ ati lati mu ifẹ naa wa sinu aye. Kii se bi a se le e se e si, bi a se gba a laaye si ni, oun ni yoo se e. Amin. A le e lo ọgbọn ori wa tabi imọn wa sugbọn ki yoo sisẹ. Ọna kan sosọ ti yoo sisẹ... ni ifẹ Rẹ. **Ifẹ Ọlọrun ni yoo se e.**

Ọlọrun ni lati sọ wa di pipe ninu ifẹ naa nitoripe nigba ti a wa sọdọ Rẹ pẹlu gbogbo ọkan wa ti a si fi gbogbo aye wa fun un, nigba naa ounkan sẹlẹ si wa. A wa sabẹ ofin tuntun. Ni ọjọ kan mo n kọni lẹkọ, lẹẹkannan ẹsẹ keji naa fò tọmiwa ni ọna ti n ko gba rii ri.

1. NJẸ ẹbi kò si nisisiyi fun awọn ti o wà ninu Kristi Jesu, awọn ti kò rìn nipa ti ara, bikose nipa ti Ẹmí.
2. Nitori ofin Ẹ̀mí ìyè ninu Kristi Jesu ti sọ mi di ominira lọwọ ofin ẹsẹ̀ ati ti ikú. (Romu 8:1-2)

Ti sọ wa di ominira. O fo tọmiwa, lẹyin ọpọ ọdun ti mo ti n ka ọrọ yi o si gba mi mu. Mo wipe, "O se Jesu. A ko si labẹ ofin ẹsẹ̀ ati iku, a wa labẹ ofin tuntun ti Ẹmi iye ninu Kristi Jesu." Ifẹ Rẹ ninu wa bi a se n rin ninu Ẹmi, a n se imusẹ awọn oun ti ẹmi.

VI. Nipa Iwa Rere Si Arakunrin Wa Nikan Ni Aye Fi Le Mọn Ifẹ Rẹ

Ọlọrun ti fi ọpọlọpọ fun wa O si fẹ peelo wa silẹ, ti a o fi maa rìn ninu otitọ, gbe ninu otitọ, gbọran si otitọ ati otitọ naa yoo si sọ wa di ominira. **Bawo ni a se fẹ ẹ to?** Bawo ni a se fẹ lati rìn nipe Ẹmi Rẹ to?

Ma daba ki o ka eyi loni ti o ba ni akoko díẹ̀. Jẹ ki o rin wọnu rẹ. Ki o si se ipinnu pe o ki yoo rìn ninu ara sugbọn iwọ yoo maa rin ninu Ẹmi ki Ọlọrun baa le lo ọ lati jisẹ iransẹ ifẹ Rẹ fun aye. O daju, o lagbara, o si jẹ iyanu. A nilo lati fi gbogbo ara wa fun un. Ti a ba fi gbogbo ara wa fun un, Oun pẹlu yoo fi gbogbo ara Rẹ fun wa. O ku siwa lọwọ. Yin Ọlọrun fun ifẹ Rẹ, fun ipese ifẹ naa ni ọna iyanu ti a nilo lati fun ni, a nilo lati pin in. Ipese ti Ọlọrun se fun wa ninu rẹ yi jẹ iyanu pupọ.

Ẹsẹ bibeli kan wa ninu Peteru II ti o sọ fun wa nipa bi O se se aye wa lati mu ifẹ Rẹ wọnu aye wa. Awọn oun to se naa mu wa wọnu iwa-bi-Ọlọrun, ati lẹyin iwa-bi-Ọlọrun o mu wa wọnu iwa rere si arakunrin wa, ati lẹyin eyi iwa rere si arakunrin wa O mu wa wọnu ifẹ Rẹ. Iyipada aye wa. Mo wipe, "Oluwa, nilode ti fi darukọ iwa rere si arakunrin wa nibiyi?" O wipe, "Nipa iwa rere si arakunrin wa nikan ni aye fi le e mọn ifẹ Rẹ." Aisaya 58 ni isafihan ijọba Ọlọrun ati ifẹ Rẹ. Nigba ti O fun wa ni isipaya yii, o yi aye wa pada. Nipa isafihan ifẹ Ọlọrun yi, okunrin ati obinrin tọ Ọlọrun wa. Kii se oun ti a se; oun ti O se nipa yiyi aye wa pada ni. Njẹ a se tan lati jẹ ki O se e tabi a o jẹ ki ẹran ara wa dide ko si se ìdíwọ́? Ti a ba jẹ ki ẹran ara wa ku ti a si gba a laaye nitootọ lati yi aye wa pada, nigba naa a o ri awọn oun agbayanu ti yoo sẹlẹ, awọn ounkan ti a ko ri ri ninu aye wa. Ọlọrun n safihan awọn oun alagbara ni wakati yi lati yi aye awọn ọpọ eniyan pada. Awọn ounkan to rọrun ni. Wọn kii se awọn ounkan to tàn ti a le e ronu wọn. **Wọn jẹ awọn ounkan ti a ko le e ronu wọn ti Ọlọrun n lo lati yi aye pada.** Awọn ounkan to rọrun, awọn ọrọ ti ko ruju ti yoo sọ ti a ko le e ronu rẹ, Ọlọrun n mun wa nipa awọn eniyan kan lati tu awọn yoku silẹ.

VII. Yio Yọ Lori Rẹ Pẹlu Kikọ Orin

Ọlọrun alagbara ni a n sin! Oluwa Ọlọrun rẹ li agbara li ãrin rẹ. Yio gba ni là, yio yọ̀ li ori rẹ fun ayọ̀. Yio sinmin ninu ifẹ Rẹ̀, yio si yọ̀ lori rẹ pẹlu kini? Orin! (Sefaniah 3:17)

Njẹ iwọ yoo fẹ ki Ọlọrun korin fun ọ? Ẹnu ya mi bi mo ti n ka ẹsẹ bibeli naa, mo si wipe "Ọlọrun, ki Iwọ ìbá jẹ korin fun mi?" A n sọrọ nipa kikorin fun un sugbọn Oun fẹ korin fun wa.

Mo n la ilakọja kan kọja, koda, mo n ku lọ ni ile iwosan

nigba ti Oluwa fun mi ni ẹsẹ bibeli naa. Bi awọn onisegun se n jawọ lọrọ mi, Oluwa fun mi ni ẹsẹ bibeli naa. O jẹ iyanu lati mọn pe Ọlọrun n kọrin fun ọ. O fẹran rẹ gan nitoriti iwọ fẹran Rẹ, nitoriti o n gbọran si i, O fẹ kọrin fun ọ ki O si jẹ ki o mọn bi O se nifẹ rẹ to. Awọn onisegun jawọn lọrọ mi, esu si wa lati ja aye mi gba. Gbogbo igba ti o wa lati ja aye mi gba, Oluwa fun mi ni ẹsẹ bibeli naa. Oluwa Ọlọrun rẹ li agbara li ãrin rẹ. O fun mi ni gbogbo ẹsẹ naa kii se ibẹrẹ rẹ nikan, sugbọn gbogbo rẹ. Mo se idamọn pe O ni agbara lori esu ati pe ki i se asiko mi lati lọ, O mu iye pada sinu ara mi. Ọlọrun fẹ ki a sunmọn Òun ki O ba a le fi ifẹ Rẹ han si wa. A ko yẹ, sugbọn **a ko lọ nipa yíyẹ tiwa, a n lọ nipa ifẹ Rẹ**. Eyi ni anfani wa lati gba Oluwa laaye ki O kunwa pẹlu ifẹ Rẹ.

Adura Ipari

Baba, a dupẹ lọwọ Rẹ. Adupẹ fun ifẹ Rẹ, Jesu. Adupẹ lọwọ Rẹ fun Ẹmi Ọlọrun. Oluwa a gbadura pe koda loni ti O ti fun imọn wa ni isipaya ki a le e sunmọn Ọ siwaju si ki a si gba Ọ laye lati mun awọn isẹ ẹran ara kuro ninu aye wa. Ki a wa ko le jẹ imọlẹ fun awọn yòókù ati ki wọn ki o le mọn pe o nifẹ wọn.

A dupẹ lọwọ rẹ fun Ọrọ Ààyè. Adupẹ fun ọrọ ti a kọ sílẹ̀. Adupẹ lọwọ Rẹ Jesu pe O fi ifẹ Rẹ sinu wa nipasẹ Ẹmi Rẹ ki awa ki o le rìn ninu rẹ, gbé ninu rẹ, lọ ninu rẹ ati ki awọn miiran ki o le tipasẹ ifẹ Rẹ di jijere sọdọ Rẹ Oluwa. A fi ògo fun Ọ. Oluwa jẹ ki ibunkun Rẹ tọ ẹnikọọkan wa wá, mu ki a fẹ lati kun fun ifẹ Rẹ, ikaanu, iwa pẹlẹ Rẹ ati iwa rere Rẹ.

A beere eyi ni orukọ Rẹ to jẹ iyanu Jesu ati fun ògo Rẹ. Amin.

Isẹ-iransẹ lati ọwọ Rev. Agnes I. Numer

AGBEYẸWO: IGBAGBỌ N SISẸ NIPA IFẸ

1. "NITORINA ẹ duro sinsin ninu _____ eyi ti Kristi fi sọ wa di ominira, ki ẹ má si se tún fi ọrùn bọ àjàgà ẹrú mọ́." (Galatia 5:1)
2. A se wa ni _____ ninu Kristi.
3. _____ Rẹ ki yoo yipada nitori naa awa ni lati yipada.
4. Ọlọrun ni ọna nipasẹ Ẹmi Rẹ ti O fẹ dari wa gba, kii se labẹ _____ sugbọn nipa oore-ọfẹ.
5. Nigba ti a ba rin ninu Ẹmi Rẹ ọrọ naa sọ pe a ko se imusẹ awọn oun ti _____.
6. Ninu ọkan rẹ o nilo lati ni _____ pe iwọ yoo ya ara rẹ kuro lọwọ ẹran ara naa.
7. Aní ofin tuntun ninu wa ati ofin naa ni ofin Ẹmi iye ninu _____.
8. Nigba ti a se _____ Bibeli wipe "ogbologbo ọkunrin" nni ti di bibo mọnlẹ.
9. A n jade wa bi _____ tuntun, isẹda tuntun pẹlu aye tuntun ninu wa ati awọn oun atijọ kọja lọ.

10. Ti o ba n gbe ninu Ẹni, nigba naa o n _____ ninu ẹmi.

11. Ọlọrun wipe, a nilo lati mu oun tẹmi wa sinu ìse-ara ati ìse-ara sinu oun _____.

12. Ifẹ Ọlọrun ni oun ti yoo _____ aye awọn eniyan.

13. O n _____ wa lati san nipa Ẹmi Rẹ.

Bẹẹni tabi Bẹẹkọ

14. ___ Ifẹ ti Ọlọrun fi fun wa wà fun awa nikan.
15. ___ Ọlọrun fẹ ki a ri kọja ara wa.
16. ___ Bi a se n rìn ninu ara a n se imusẹ awọn oun ti ẹmi.

17. _____ jẹ isafihan ijọba Ọlọrun ati ifẹ Rẹ.
a. Ifihan 1
b. Maku 2
d. Aisaya 58

18. Kii se oun ti a se; o je oun ti O ń se nipasẹ _____ aye wa.
a. irapada
b. iyipada
d. idajọ

19. "Oluwa Ọlọrun rẹ li _____ li ãrin rẹ; yio gba ni là, yio yọ̀ li ori rẹ fun ayọ̀; yio sinmin ninu ifẹ rẹ̀; yio fi orin yọ̀ li ori rẹ." (Sefaniah 3:17)
a. ipa

b. iwa mimọ
d. agbara

20. O yiwapada ki a ba a le jẹ _____. a. imọlẹ
b. ọmọ ẹyin
d. ayọ

Ori 9

OKUN-IWỌN NAA

OKUN-IWỌN NAA – Asiko To Lati Se Ipinnu – Gbogbo Wa La Ni Anfani Lati Yàn

Adupẹ lọwọ rẹ Ọlọrun fun asẹ rẹ ati ifẹ rẹ, adupẹ fun idajọ ododo rẹ ati aanu rẹ. Oluwa iyebiye, mo dupẹ lọwọ rẹ fun fifi ikọni ti o ni fun wa si ọkan wa. Oluwa a dupẹ lọwọ rẹ pe awọn ipá naa ni lati lọ. Awọn agbara orun apaadi yii ni lati lọ. A nilo lati to ni ibamu pẹlu ọrọ Ọlọrun, ni kíkún pẹlu ifẹ Rẹ ati ikaanu. Oluwa, O mu wa wá sibi lati kọ wa, tirẹ ni awa. Awa ki yoo gba ẹmi aigbọran laaye lati jọba ninu ọkan wa. Nitori naa Oluwa, mo yin pe iwọ yoo gba ijẹgaba lori gbogbo ọmọ, ọkunrin ati obinrin. A fi ògo fun Ọ Jesu nitori eyi ni orukọ Rẹ tii se iyanu. Amin.

Ẹ jẹ́ ki a ka Orin Dafidi 4-7

Orin Dafidi 4:1 Gbohun mi nigbati mo ba ńpè, Ọlọrun ododo mi: iwọ li o da mi ni ìdè ninu ipọnju; se ojurere fun mi, ki o si gbọ́ adura mi.

Orin Dafidi 5:1 Fi eti si ọ̀rọ̀ mi, Oluwa, kiyesi aroye mi. 2 Fi eti si ohùn ẹkún mi, Ọba mi, ati Ọlọrun mi: nitoripe ọdọ rẹ li emi o ma gbadura si. 3 Ohùn mi ni iwọ o gbọ́ li owurọ, Oluwa, li owurọ li emi o gba adura mi si ọ, emi o si ma wòkè.

Orin Dafidi 6:1 OLUWA, máse ba mi wi ni ibinu rẹ, ki iwọ ki o má se nà mi ni gbigbona ibinujẹ rẹ. 2 OLUWA, sãnu fun mi; nitori ailera mi: OLUWA, mu mi lara da; nitori ti ara kan egungun mi

8 Ẹ lọ kuro lọdọ mi, gbogbo ẹyin onisẹ ẹsẹ̀; nitori ti OLUWA gbọ́ ohùn ẹkún mi. 9 OLUWA gbọ́ ẹ̀bẹ̀ mi; OLUWA yio gba adura mi. 10 Oju yio ti gbogbo awọn ọta mi, ara yio sì kan wọn gogo: wọn o pada, oju yio tì wọn lojiji.

Orin Dafidi 7:1 OLUWA, Ọlọrun mi, iwọ ni mo gbẹkẹ mi le: gbà mi lọwọ gbogbo awọn ti nse inunibini si mi, ki o si yọ mi kuro:

8 Oluwa yio se idajọ awọn eniyan: Oluwa se idajọ mi, gẹgẹ bi ododo mi, ati gẹgẹ bi ìwàtítọ́ inu mi. Ẹ yin Oluwa logo.

Lakọkọ a nilo lati ke pe e. A o beere lọwọ Rẹ lati mu wa gbooro, ki o saanu fun wa ati ki o si gbọ adura wa. Ọlọrun n sọ oun ti a nilo lati se fun wa ki a baa le gbọ ohun Rẹ. A maa n ro lọpọ igba boya O n gbọ adura wa. Sugbọn nigba ti a ba se idamọn pe O ti ya awọn oniwa-bi-Ọlọrun sọtọ fun ara Rẹ, nigba naa ni a mọn pe O n gbọ wa ti a ba gbadura.

Ifarajin wa si Ọlọrun ni lati sáájú. A o wa sọdọ Rẹ pẹlu ọkan ti a wo palẹ ati ọkan ironupiwada a o wa pẹ̀u ọkan to sipaya, a o beere fun idariji a o si ronupiwada fun gbogbo awọn nkan ti a ti se. **Nigba naa, Oun yio gbọ adura wa,** nigba naa ni yio dari awọn ẹsẹ wa ji wa, nigba naa ni yio pa wọn rẹ́. **Ọlọrun fẹ ki a mọn pe Oun n gbọ wa** nigba ti a ba pe at pe Oun yoo dahun ni bi o se jẹ pe O n "feti si" awọn ọrọ wa. Ọlọrun se idamọn pe a nifẹ Rẹ, ni awọn wakati asalẹ, a le e baa sọrọ lori ibùsùn wa.

A gbọ nipa awọn eniyan ti wọn nilo lati lọ ati ki wọn o le dá wà fun ọpọlọpọ asiko. Ẹ mọn pe bi Ọlọrun ba wa ninu wa a ko dá wà, abi? Ti O ba wa ninu wa, o ko nilo lati lọ si ibomiran lati ba a sọrọ. O ko nilo lati jade lọ sori pápá ki o le e ba sọrọ; o le e ni anfani lati ba a sọrọ lori ibùsùn rẹ. **Ọlọrun fẹ ki a da Oun mọn. O fẹ ni ibasepọ to jinlẹ naa** pẹlu wa O si n sọ fun wa ninu Orin Dafidi ori kẹẹrin. Pẹlu ọkan rẹ, lori ibùsùn rẹ, duro jẹ́, Oluwa a maa ba wa sọrọ ni kutukutu owurọ. O jí wa ni aago mẹta ati mẹrin àárọ̀. Ti O ba wa ninu rẹ, o ko nilo lati jade lọ si ibomiran, iwọ saa ba sọrọ yio si fi awọn idahun rẹ fun ọ, yio si dari rẹ pẹlu Ẹmi Rẹ.

Ni akoko kan obinrin kan wa si ile mi o si wipe, Oluwa ran mi lati mu ọ lọ si ile mi ki Oluwa baà le ba ọ sọrọ. Eyi jẹ tuntun si mi, nitori pe Oluwa ti ba mi sọrọ ri nibi ti mo ti n sá asọ, ni ile ìdáná, nibi ti mo ti n nu ilẹ, ti mo ti n gbálẹ̀, ti mo ti n tẹ́ ibùsùn, n ko nilo lati lo si ibomiran. Oluwa sọ fun mi pe, "N ko ran an lati sọ fun ọ pe ki o lọ si ile rẹ. I ba se pe iwọ lọ si ile rẹ ti o si lo alẹ nibẹ ki n ba a le ba ọ sọrọ, kii se emi ni yoo ba ọ sọrọ nibẹ nitori pe mo maa n ba ọ sọrọ nibi gbogbo." **Ọlọrun fẹ ki a ni ibasepọ to jinlẹ pẹlu Oun.**

Ranti, O n gbọ awọn adura wa. O n dari awọn ẹsẹ wa ji wa, O si n wẹ wa nu kuro ninu gbogbo aisododo. Ayọ ni o si jẹ lati mọn pe a ni alaafia, pe a le e fẹyìn lélẹ̀ ni alaafia ki a si sùn ni ailewu. Ọlọrun ti pe wa si aye alaafi ati isinmin; a nilo lati fi aye wa fun Oluwa ni **ifarajin patapata si i.** Ọlọrun ko ni ba aini wa pade láàbọ̀ awa ko si le e tọ́ọ́ wa pẹlu láàbọ̀, a ni lati wa ni gbogbo ọna, O n **beere fun ìjọ̀wọ́ wa patapata.**

Jẹ ki n sọ fun ọ, o jẹ oun to fi sapa kan... Kini O n gba

kuro lọwọ wa? O n mu ẹsẹ ati okunkun kuro; awọn iwa buburu, ọtí, oògùn, awọn ifẹkufẹ ara ati igberaga ara. O n mu gbogbo rẹ kuro iwọ si di ominira. Kílówádé ti iwọ fi n bojú wẹyìn ti o si n jẹ ki èsù pọ́n ọkan rẹ loju dípò ki iwọ sọ pẹ Mo ti di ominira, Mo di ominira? Oluwa ti sọ mi di ominira.

Ọdọmọbinrin kan wa lati Kansas ti o ni ọpọ ijọba ati agbara niunaye rẹ. O sa jade lọ soju pópó. Awọn ọ̀dọ́ lọ lati mun un toripe ẹnikẹni ni o le gbe nita nibi ti iwa buburu wa. Bi awọn ọ̀dọ́ se sare lọ lati gbe e, angẹli kan to ga gidigidi ti o wọ asọ funfun sare tẹle e o si bìí subu. Wọn ba wọn si mun un pada wa. Ọdọmọbinrin yii n jagun lodi si idande o si pinnu pe oun yoo sálọ lẹẹkan si. Ni asiko yi ọ̀mùtí kan ni o gbe ti o si mun un lọ si ibikan ti ọpọlọpọ isẹ ibi ti n sẹlẹ. O ribi sa kuro nibẹ o si pe ile. Wọn i ba ti pa á kiakia sugbọn a n sìpẹ̀ fun un lati igba ti o ti rin jade lọ.

Ọlọrun ni ọna fun ọ tii se alaafia Rẹ, ododo Rẹ, idariji Rẹ ati iwosan Rẹ. A ko le e fi Ọlọrun seré tabi fi esu seré nitoripe èsù yoo bi ọ lulẹ̀ yoo si fa ọ subú kiakia. Alaafia n ti ọdọ Ọlọrun wa, Ayọ̀ n ti ọdọ Ọlọrun wa, Igbala n ti ọdọ Rẹ wa, Ifẹ n ti ọdọ Rẹ wa. Oluwa n pe wa wa sinu ibasepọ to rẹwà yii ti O n sọrọ nipa rẹ ninu Orin Dafidi ori kẹrin. Iwapẹlu Ọlọrun ati Ifẹ Rẹ ninu wa. **Ọlọrun fẹ ki a fi igbẹkẹle wa ni Oun.** Gbogbo wa ni a ni igbẹkẹle ninu ara wa sugbọn njẹ a ni igbẹkẹle ninu Ọlọrun? Ẹ jẹ awọn eniyan ti a yàn, Ọlọrun si ti yàn yin lati wa ninu Rẹ lẹkunrẹrẹ, yoo kọ́ ọ kí Ó baa le wa ninu rẹ lẹkunrẹrẹ nibi gbogbo lati lodi si ibi to wa ninu aye yii.

Iwọ ko le e mọn ayafi ti o ba fi igbẹkẹle rẹ sinu Rẹ ti o si jẹ kí Ó fi han ọ pe Oun ni Ọlọrun.

A le e maa se oun to wu wa ti Ọlọrun ko si ni da wa duro

Okun-Iwọn Naa 141

nitoripe O bu ọla fun ẹtọ́ rẹ lati yàn. Ọlọrun kọ mi ni nkan bi ogójì ọdun sẹyin pe n ko ni ẹtọ lati dasi oun ti ẹnikẹni bá ń yàn. Mo nilo lati duro ki n si jẹ ki wọn yan an, nitoripe wọn ni ẹtọ lati yan an boya ó tọ́ ni tabi kò tọ́. Nigba miran Ẹmi Mimọ a sọ fun mi pe "Mo n ta okun-iwọn naa, eyi si ni igba to gbẹyin ti n o wa si ìha ibí." Nigba ti O ba sọ eyi, mo nilo lati gbọran O si ti se e.

Ọkunrin kan wa ti mo mọn to ni iyawo ati awọn ọmọ meji. Wọn maa n wa sọdọ wa fun iranlọwọ. Ni alẹ́ kan, laarin òru, o wa fun idande. O ni awọn ijọba ati agbara ninu aye rẹ ti wọn buru gan. Nitori naa a gbadura a si gbawẹ fun un Oluwa si danide. Iyawo rẹ, ko jẹ ki ọrọ Ọlọrun kan oun to bẹẹ, o ni nigba ti oun ba nilo Rẹ, oun o ronu nipa Rẹ.

Ni ọjọ kan Oluwa sọ fun mi pe ki n lọ sile wọn. Oluwa sọ fun mi pe, mo fẹ ki o lẹ si ile naa mo si fẹ ki o ka ẹsẹ bibeli yi fun wọn.

Amosi 7:6 Oluwa ronúpìwàdà nitori eyi: Eyi pẹlu kì yio se, li Oluwa Ọlọrun wi. 7 Bayi li oun fi hàn mi: si wò ó, Oluwa duro lori odi kan, ti a fi okùn-ìwọ̀n ti o run mọ, ti on ti **okùn-ìwọ̀n ti o run li ọwọ́ rẹ̀.** 8 Oluwa si wi fun mi pe, Amosi, kini iwọ ri? Emi si wipe, Okùn-ìwọ̀n kan ti o run ni. Nigbana ni Oluwa wipe, Wò ó, emi o fi okùn-ìwọ̀n rirun kan le ilẹ lārin Israeli eniyan mi: emi kì yio si tun kọja lọdọ wọn mọ:

Mo lọ ni alẹ́ naa Oluwa si fi ọrọ naa fun wọn. Ọmọ mi ọkunrin sọ fun iyawo rẹ, "Njẹ o mọn ounkan nipa Oluwa?" O wipe, "Emi maa n ronu nipa Oluwa, nigba ti mo ba nilo Rẹ." O wipe "Kilowi?" Mo ro o wipe eyi se ajeji lona to buru pe ko ni ibaraẹnisọrọ pẹlu Ọlọrun rara. Ni alẹ naa lẹyin ti a kuro nibẹ, ọkọ naa kuro nile ko si pada sibẹ mọn. O kọ iyawo rẹ silẹ o si ba ọna tirẹ lọ, o si fẹ ẹlomiran. Lẹyin igba díẹ̀, o ni ijamba kẹkẹ alupupu to yọri si ki wọn fii si abala itọju-igbẹmiro nile iwosan. Mo lọ baa sọrọ, mo si nigbagbọ pe o ni alaafia pẹlu Ọlọrun ki o to gbẹmi min. Iyawo rẹ, ko lọ ni ọna ti Ọlọrun fẹ fun un nitoripe ko ni inudidun si Ọlọrun... ayafi ni igba to ba nilo Rẹ. Lẹyin ọdun marun, iyawo naa pe mi ni òru o si ni ọmọkunrin oun n sọdá loju pópó ni nkan bi agogo mẹta owurọ, ọkọ nla kọlu u o si pa a lẹsẹkẹsẹ... ọmọkunrin kekere naa ti ku, gẹgẹ bii baba rẹ. Mo mọ̀n ọmọ naa nigba ti wọn si n dèdí funun. Nigba to wa ni nkan bi ọmọ ọdun mẹjọ, o maa n gbe bibeli kaakiri o si maa n wipe emi yoo jẹ oniwaasu. O fẹran Oluwa, sugbọn ọdun ti gori ọdun o si ti di ọmọ ọdun mẹrindinlogun bayi. O ti darapọ mọn olujọsin èsù kan, gbogbo awọn ọrẹ rẹ ni wọn jẹ awọn ti n sin èsù. Nigbati a lọ si ile-igbokusi, awọn ọrẹ rẹ wa ninu ibanujẹ gidigidi. A wipe, "Njẹ ẹ mọn pe ọmọkunrin naa ko de ọdọ Ọlọrun? O yàn lati darapọ ẹgbẹ buburu o si padanu ẹmi rẹ laini Ọlọrun." Wọn wipe, "Kii se ọrẹ wa, eleyi ko le sẹlẹ si i." O wipe, "Njẹ ẹ mọn pe ọrẹ yin n bẹ ni ọrun apaadi bayi?" "Kii se ọrẹ wa..." "Bẹẹni, ọrẹ yin, nitoriti o yan ibi dípò ire." Mo gbadura fun díẹ̀ ninu awọn ọrẹ rẹ, gbogbo wọn lo wọ asọ dúdú; wọn ko rí bii eniyan. O buru to bẹẹ. Gbogbo ero to n wa simi lọkan ni ti ọmọkunrin yii ...pẹlu Bibeli.

O jẹ ojuse wa lati tọ awọn ọmọ wa ni ọna Oluwa. O ko le e ni Ọlọrun ninu aye rẹ ki o wa pinnu pe iwọ ni waa se akoso aye rẹ, nitori pe niwọnba igba ti o ba wa láàyè, iwọ yoo ba iku pade iwọ yoo si sọ ọ nu. Nigba ti Ọlọrun ba ti pe wa si ọna Rẹ, ti a ba wa yan ọna tiwa... ijọngbọn wa.

Emi ko mọn ni alẹ naa pe O sọ ọrọ naa pe Ọlọrun ti gbe okun-iwọn kalẹ ati pe ko ni lọ si iha ibẹ mọn. N ko mọn oun ti n bọ wa sẹlẹ si gbogbo idile naa. **A nilo lati yàn.** Ọlọrun ko ni da ọ duro ni ọna rẹ, sugbọn ọna rẹ yoo mu ọ kuro lọdọ Ọlọrun.

A gbọdọ beere lọwọ Rẹ ki o mu gbogbo oun to lodi si èto Rẹ pipe ati ifẹ Rẹ kuro ninu wa, **titi ti gbogbo oun to wa ninu wa yoo fi kun fun ifẹ Rẹ.** O ku sọwọ wa lati yan, nitoriti Ọlọrun da wa ni ominira. Ko ni da si i... a nilo lati yan.

Mo wa ni Afirika ni ilu kan mo si ba ọkunrin onisowo kan pade ti Ọlọrun ti bukun sugbọn ti o di oníwọ̀ra. Awọn ibukun Oluwa ko tẹ ẹ lọrun. O sọ fun Oluwa pe oun se awọn eto kan pẹlu awọn eniyan, Oluwa si sọ fun wipe àbẹ̀tẹ́lẹ̀ ni. Ko ro lọkan ara rẹ pe àbẹ̀tẹ́lẹ̀ ni, o ro o wipe sebi awọn ọrẹ oun lasan ni.

Ọkunrin onisowo yii sọ itan kan fun wa. Ọjọ aje, Ọlọrun sọ fun un ko palẹ ile rẹ mọn nitoripe yoo ku ni ọjọ Abamẹta. Ọlọrun wipe, "Emi ko tii se tan pẹlu rẹ." Ọjọ aje niyi Oluwa si ti sọ fun un "Tun oungbogbo se ki o si bi gbogbo eniyan lati dariji ọ." Okunrin onisowo yi ranti arabinrin kan to korira oun pupọ. O lọ lati ri o si wipe, "mo fẹ ki o dariji mi." Obinrin yii da ọbẹ̀ gbigbona síí loju. O ronu kini oun yoo se. Nikẹyin o ri i ba sọrọ, o si dariji i. O ni ọsẹ kan péré lati gba aye re la. Ọlọrun wipe, "tun ile re to." Ni Ojo Abamẹta o wa ni ilera pipe kò sì sí nkankan to se e, sugbọn o ku.

Ni owurọ ọjọ Aiku, awọn ẹbi rẹ gbe e wa si Ile-iwosan Nipa Ina Rẹ... ni oku. Ara oku, ko si oun ti wọn le e se; wọn ko ni aaye fun oku. Dokita naa ti gbọ itan Lazaru ri ni ile ẹkọ ọjọ isinmin rẹ, bi o se n tẹti Oluwa wipe, "Iwọ gba oku yii ki o si gbe wa si ile iwosan rẹ." Olori awọn nọ́ọ̀sì rẹ wipe, "Arakunrin yi ti ku, oku ni." "Ẹ fi IV sinu rẹ." "Ko ni isan kankan." Dokita naa wipe, "Fi si ibi ti o mọn pe isan maa n wa." O ku fun ọjọ mẹrin. Olori awọn nọ́ọ̀sì gbe e sori ibusun gẹgẹ bi dokita se pasẹ rẹ. Dokita naa lọ sile lati sinmin díẹ̀, o rẹ ẹ gan an, o si sun lọ nigba naa ni Ọlọrun mun un nipa Ẹmi lati tẹle okunrin onisowo naa ti o ti ku. Okunrin onisowo naa lọ sinu awọn ọrun. Wọn si iwe iye lati ri boya orukọ rẹ jẹ kikọ sibẹ. Ọlọrun wipe, "Mo ni ẹsun mẹrin lodi si ọ." A mu ìgò kan ati kàìnkàìn kan wa, ninu igo naa ni ẹjẹ Jesu wa. Wọn mu kàìnkàìn naa wọn si fọ awọn ẹsun mẹrẹrin ti a ni lodi si i nu. O duro sibẹ ko si mọn oun ti yoo sẹlẹ nitori ko daa loju pe Oluwa ti dariji oun. Oluwa wẹ́ẹ́ nù kuro niwaju rẹ. Okunrin onisowo naa ri ọrẹ kan lẹyin rẹ to jẹ Kristiẹni o si gbọ ti a wipe, "Lọ kuro lọdọ mi emi ko mọn ọ ri." Awọn miiran wa, O si wipe, "Lọ kuro lọdọ mi emi ko mọn ọ ri." Nigbati o de ikorita kan Oluwa si wi fun un pe, "O nilo lati pada." Dokita naa gbọ oun ti Ọlọrun n sọ fun ọkunrin yi. Oluwa mun un pada lọ si yara rẹ. Dokita naa duro fun okunrin onisowo naa lati pada. Lojoojumọn, o lero pe oun yoo pada ti oun yoo si ri okunrin yii ti yio ti ji sugbọn ko ri bẹẹ... ọjọ mẹrin kọja lọ. Ni ọjọ kẹrin, omije n san ni oju rẹ. Eyi ni apẹrẹ iye akọkọ. Oluwa daa pada fun idi kan, Ọlọrun wipe, "Lọ sọ fun awọn eniyan mi pe ko si purgatory(aaye iwẹnumọn ni agbede meji ọrun). Ọrun rere ati ọrun apaadi lo wa. Iwọ yoo yan ọkan tabi ikeji, lọ ki o si kilọ fun awọn eniyan mi."

Awọn oun ti a yan ni yoo sọ ibi ti a o ti lo ayeraye wa.

Ibi meji péré naa lo wa lati lọ. Nigba ti mo jẹ ọmọ ọdun mẹrindinlogun, mo ti rin jina kuro lọdọ Ọlọrun debi pe Oluwa gbọn mi jigijigi lori ọrun apaadi. O si ọrun apaadi silẹ O si wi fun mi pe, Bi o ko ba sìn mi, ibi ti iwọ yoo lọ niyẹn." Tààrà bi o si ti ri niyi. Bi a ko ba sìn ín, ibi ti a n lọ niyẹn.

Sugbọn ronu lori oun ti Ọlọrun yoo fun wa dipo. Bawo ni a se le e kọ ifẹ Rẹ, ati eyi ti O ti fi fun wa? Se okunkun ni a fẹran ninu aye wa ni? O le ran wa lọ sọrun apaadi tabi a se tan lati jẹ ki O fọ ile wa mọn ki O si kun wa pẹlu ifẹ Rẹ titi ti gbogbo oun ti a jẹ yio fi kun fun ifẹ Ọlọrun. Emi kii se oniwaasu ọrun apaadi sugbọn mo mọn bi ọrun apaadi se ri daadaa. Mo mọn iye ti a nilo lati san bi a ko ba rìn pẹlu Ọlọrun pẹlu gbogbo ọkan wa.

Awọn eniyan ti wọn ko fe ran alaini lọwọ, lọjọ kan laipẹ wọn yoo duro niwaju Ọlọrun. Ọlọrun ko ni bi wọn iye ẹgbẹrun ọkan ti wọn ti mu wa sinu ijọba. Yoo bi wọn "Ebi n pa mi ẹyin ko si bọ mi, oungbe n gbẹ mi ẹ ko si fun mi ni oun mimu. Mo jẹ ajeji ẹ ko si gba mi sile, mo wa ni ihoho ẹ ko si dasọ bo mi. Mo saisan ẹ ko si bẹ mi wo, mo wa lọgba ẹwọn ẹ ko si tọ̀ mi wa." Emi ko fẹ mọn bi a se tobi to, ti a ko ba maa se asẹ Oluwa, a o kuna rẹ.

Aisaya 58 sọ ọ yéké ni ohun rara, Ọlọrun si n reti rẹ lọwọ wa. Boya o ko fẹ se e, sugbọn **ti o ba nife Ọlọrun o wa ninu ọkan rẹ lati ba aini awọn miran pade.** Ọna kan soso lo ti aye yii jade eyi si ni sisaanu arakunrin wa... nini ifẹ ara wa, sínsin ara wa, riran awọn alaini lọwọ, biba awọn aini ti Jesu gbe ka iwaju wa ninu awọn ihin rere pade. Eyi nni ti Jesu se, o n reti lọwọ wa lati se.

A ni okun ti o tọ - okun-iwọn. Emi ko naani rírin okun naa, nitori pe o je okun alaafia, ayọ, ododo ati iwa mimọ Oluwa. A nilo òye yii. Ọlọrun n pe awọn eniyan ti O le e fẹran ti O si le e kọrin fun, awọn ti O le e yọ lori wọn, bi a se n rin ti a si n sare ninu ifẹ Rẹ si awọn orile-ede aye. Oun ti

Ọlọrun ni leto fun wa jẹ iyanu gidigidi bi a se n sọ ara wa di òfìfo ti a si n je ki ifẹ Rẹ kun wa.

Ninu itan ọkunrin onisowo naa, oun kan ti o kuna pẹlu obinrin ti a le lọ sọrun apaadi ni pe ko ni ifẹ Ọlọrun. Ounkan soso to tako o niyi. Ti ifẹ aye ba wa ninu wa, nigba naa ni ifẹ Baba ko si ninu wa. Bi a ba fẹran Baba, ko si ifẹ aye ninu wa. Ọlọrun n fa ila to tọ ninu aye wa, ki O baa le kun wa ki ifẹ Rẹ si sàn latipasẹ wa.

Ọlọrun yoo lana fun wa, a ko nilo lati la a fun ara wa bi a ba si la a funra wa a o kuna. Ti a ba fi ọna wa fun Ọlọrun, Ọlọrun yoo dari rẹ a o si ni alaafia naa, ayọ ati ododo. O san ki a ni Jesu lori isakoso aye wa. **O san lati ni ifẹ Rẹ ati ògo ati ijọba Rẹ ko maa sisẹ ninu wa.**

A nilo lati yan. Bi a ba yan an a o jẹ alabukunfun nipasẹ Rẹ titi lai a o si maa gbe ninu ijọba Rẹ titi ayeraye. Bi a ko ba yan an a o jẹ ẹni egbe titi lai. Kii se oun kekere... a nilo lati yan an. O fẹran wa; ko fe ki a lọ sibi ti èsù n lọ. O fẹ ki a lọ si ibi ti O ti yan fun wa. Ko ni pọn ni dandan fun wa tabi ko kan nipa fun wa, bikose nipa ife Rẹ lati fa wa sọdọ Rẹ. Ifẹ Rẹ ka nipa fun wa lati tẹle e.

Mo fẹ fi ọrọ yi silẹ pẹlu rẹ, **yan an, ko si ounkan to ku kaato ninu oun ti O fẹ fun wa ti a o ba tẹle e.** Ọlọrun ti fi ọpọlọpọ fun wa, ti a o ba kan gbọ oun ti O n sọ, a ko nilo lati wé awọn nkan miran mọn ara wa, ko ruju rara, o rọrun o si lagbara, bi a ba gba a.

Ọlọrun yoo fi fun ọ ti o ba gba a laaye. Setan lati rin ọna ominira nni, ọna alaafia ati ayọ, ododo ati iwa mimọ.

Baba a dupẹ lọwọ Rẹ fun ọrọ yi. Jesu adupẹ lọwọ Rẹ pe O kii sọrọ kan ki O se omiran, bẹẹ pẹlu ni o ko fẹ ki awa naa maa sọrọ kan ki a si maa se omiran. Oluwa ba ọkan wa sọrọ, jẹ ki a mọn ifẹ nla Rẹ ati ipese Rẹ ki iwọ ki o baa le mu Ihin Rere ti Ijọba Jesu

Kristi yi lọ si gbogbo aye, ki awa ki o le jẹ ẹlẹri si gbogbo orilẹ-ede. Ki iwọ Oluwa baa le pada sọdọ awọn eniyan Rẹ lẹẹkan si. Jesu Oluwa, sọrọ ifẹ Rẹ, itunu Rẹ ati okun Rẹ si wa. Oluwa jẹ ki ẹmi rẹ san latipasẹ wa ni rínrìn ni aye wa, ki awa o le yan lati rìn ninu Ẹmi Iye. Jesu Oluwa, mu iye wa ki awa o le yè titi ayeraye. A yọ ninu oungbogbo ti O ti se fun wa, nitori O ni Iwọ ki yoo se àìdẹ̀biru ẹnikẹni to ba yipada kuro lọdọ Kristi ti o si kọ ọ. Oluwa a dupẹ lọwọ Rẹ fun otitọ naa ati otitọ naa yoo sọ wa di ominira. Jesu, mo dupẹ lọwọ Rẹ fun eti lati gbọ ati ọkan lati gba a ati ọkan lati gbọran, ni orukọ Jesu. Amin.

Afayọ lati inu isẹ-iransẹ "Okun-iwọn Naa – Akoko To Lati Se Ipinnu – Gbogbo Wa La Ni Anfani Lati Yan" lati ọwọ Rev. Agnes I. Numer

AGBEYẸWO: OKUN-IWỌN NAA

Awọn Ibeere Fun Ijiroro

1. Njẹ a nilo lati wa ni ibikan pataki pato ki a to le ba Ọlọrun sọrọ? Nibo ni o ti n ma n baa sọrọ?
2. Kini Ọlọrun n reti lati ọdọ wa? Oluwa n pe wa sinu ibasepọ pẹkipẹki. Sapejuwe ibasepọ rẹ pẹlu Ọlọrun.
3. Kini okun-iwọn?
4. Kini a maa n fii se?
5. Kini o tumọn si ti Ọlọrun ba gbe okun-iwọn kalẹ ninu aye wa?
6. Ti a ko ba sin Ọlọrun pẹlu gbogbo ọkan wa, kini yoo sẹlẹ si wa?
7. Kini awọn ayọ sínsin Ọlọrun ati rinrin "ọna títọ́"?
8. Ọna wọ ni a gbọdọ se tan lati rin?

Agbeyẹwo:

1. Amosi 7:7 ... Oluwa duro lori odi kan, ti a fi okùn-ìwọ̀n ti o run mọ, ti oun ti _____ li ọwọ́ rẹ̀. 8 Oluwa si wi fun mi pe, Amosi, kini iwọ ri? Emi si wipe, _____ ni. Nigbana ni Oluwa wipe, Wò ó, emi o fi _____ kan le ilẹ lãrin Israeli _____ mi:

2. Ọlọrun ti pe wa si aye alaafi ati isinmin. A nilo lati fi aye wa fun _____ ni _____ patapata si i. O n beere fun _____ wa _____.

3. Alaafia n ti ọdọ Ọlọrun wa, _____ n ti ọdọ Ọlọrun wa, _____ n ti ọdọ Rẹ wa, _____ n ti ọdọ Rẹ wa. Ọlọrun fẹ ki a fi _____ wa sinu Oun.

4. Awọn oun ti a _____ ni yoo sọ ibi ti a o ti _____ ayeraye wa.

5. Bi a ba yan an a o jẹ alabukunfun nipasẹ Rẹ titi lai a o si maa gbe ninu ijọba Rẹ titi ayeraye. Bi a ko ba yan an a o jẹ ẹni egbe titi lai.
a. Bẹẹni
b. Bẹẹkọ

6. Ọlọrun yoo fi fun ọ ti o ba gba a _____. _____ lati rin ọna _____ nni, ọna alaafia ati ayọ, _____ ati iwa mimọ.

7. _____ kan soso lo wa, eyi si ni _____ arakunrin wa,

nini ifẹ ara wa, _____ ara wa, riran awọn alaini lọwọ, biba awọn _____ ti Jesu gbe ka iwaju wa ninu awọn _____ _____ pade. Eyi nni ti Jesu _____, O n _____ lọwọ wa lati se.

Ori 10

ALAKALẸ IRAN

Gbogbo ile-isẹ iransẹ lo gbọdọ ni Àlàkalẹ̀ Ìran ti yoo se àlàkalẹ̀ yékéyéké oun ti o se pataki julọ ti a fẹ gbése. Ó tún gbọdọ ni Àlàkalẹ̀ Ìlépa ti yoo se àlàkalẹ̀ ète ti o se pataki julọ ati afojusun rẹ.

Ìsàlàyé: Àlàkalẹ̀ Ìran – Akọsilẹ oní gbolohun kan ti yoo salaye ayipada ọlọjọ-gbọọrọ ti ko rújú tii si se koriya fun ni ti a n reti lati jẹ ayọrisi isẹ ile-isẹ kan.

Awọn apẹrẹ díẹ̀ nìyí:

- Oxfam: Ayé aláìsègbè níbití kòsí ìsẹ́ (ọ̀rọ̀ marun)
- Habitat for Humanity: Aye nibiti gbogbo eniyan yoo ni ibi to dara lati gbé. (11)
- NPR, pẹlu àgbáríjọpọ̀ ileto awọ ọmọ-ẹgbẹ to daduro rẹ, jẹ ile-isẹ ìròyin Amẹrika to ga (14)
- Iran Agbaye: Fun gbogbo ọmọ, aye ninu ẹkunrẹrẹ rẹ; Adura wa fun gbogbo ọkan, ìsetán lati mu kó rí bẹ́ẹ̀ (18)

- Ile-iṣẹ-iranṣẹ In Touch: kikede ihinrere Jesu Kristi fun awọn eniyan ni gbogbo orilẹ-ede agbaye. (11)
- Àlàkalẹ̀ Ìlépa – oun ti ẹ n se: Akọsilẹ oní gbolohun kan ti n salaye idi ti ile-iṣẹ kan tabi akorajọpọ kan fi wà. A maa n lo o lati se iranlọwọ itọni nipa awọn ipinnu to nii se pẹlu oun to se pataki julọ, awọn igbesẹ, ati ojuse. Wọ̀nyi ni awọn apẹrẹ díẹ̀:
- TED: Títan Èròǹgbà kálẹ̀. (ọrọ mẹta)
- Smithsonian: Pípọ̀si ati ìtànkálẹ̀ ìmọ̀n. (ọrọ mẹrin)
- Livestrong: Lati se kóríyá ati igbagbarawọni fun awọn ti ààrun jẹjẹrẹ kan. (11)
- Charity water: A jẹ́ ile-iṣẹ tafojusun rẹ kiise fun èrè jijẹ to nmun omi mimọn, to yẹ fun mimun tọ awọn eniyan lọ lawọn orilẹ-ede to ndagba soke. (26)
- Ile-iṣẹ-iranṣẹ In Touch: Lati dari awọn eniyan lagbaye sinu ibasepọ tóń dàgbà pẹlu Jesu Kristi ati lati fi okun fun ìjọ ibilẹ. (19)

Iran Ọlọrun jẹ eyi to maa n jẹ sisalaye yéké ati sísọ fun awọn ọmọ Isrẹli.

Ọlọrun da majẹmu to bẹrẹ latori Abrahamu, "Emi yoo jẹ Ọlọrun rẹ iwọ yoo si jẹ eniyan mi" Ọlọrun kede rẹ pe Oun yoo ni awọn eniyan lorilẹ aye ti yoo fi iyin Rẹ han.

Awọn **ileri mẹta pataki** lo wa ninu majẹmu ti a da pẹlu Abrahamu ati irandiran rẹ.

1. **Ileri ilẹ̀** (Jẹnẹsisi 12:1). Ọlọrun pe Abrahamu lati Uri ti Kaldea lọ si ilẹ ti yoo fi fun un (Jẹnẹsisi 12:1). Ase atunsọ ileri yii ni Jẹnẹsis 13:14–18 nibi ti a ti fi idi rẹ mulẹ pẹlu majẹmu bàtà; alaye bi

òòró ati ìbú rẹ yoo se ri wa ninu Jẹnẹsisi Genesis 15:18-21. Yẹ Diutarọnọmi 30:1-10 wo pẹlu, ileri awọn Filistini.

2. **Ileri Irandiran** (Jẹnẹsisi 12:2). Ọlọrun se ileri fn Abrahamu pe Oun yoo mu orilẹ-ede nla ti ara rẹ dide. Abrahamu, ẹniti i se ẹni ọdun marunlelaadọrin ti ko si ni ọmọ (Jẹnẹsisi 12:4), a se ileri ọpọ irandiran fun un. Ninu Jẹnẹsisi 17:6 awọn orile-ede ati awọn ọba yoo jẹ iran rẹ. Kódà Olugbala ti a seleri rẹ yio tipasẹ ọmọ rẹ wa.

3. **Ileri ibukun ati irapada** (Jẹnẹsisi 12:3). Ọlọrun seleri lati bukun Abrahamu ati idile aye latipasẹ rẹ. A fẹ ileri yii loju ninu Majẹmu Tuntun (Jeremaya 31:31-34; Heberu 8:6-13) o si nii se pẹlu ibukun ati irapada ẹmi Isrẹli. Jeremaya se imọnsaaju idariji ẹsẹ. A tun un sọ fun Isaaki (Jẹnẹsisi 21:12;26:3-4). A fidi rẹ mulẹ fun Kakọbu (Jẹnẹsisi 28:14-15).

Ọjọ kan n bọ ti Isrẹli gẹgẹ bi orilẹ-ede yoo jẹ yiyipada, a o dariji wọn, wọn o si di mimunpadabọsipo (Romu 11:25-27) nigba ti Isrẹli yoo ronupiwada ti wọn yoo si gba idariji Ọlọrun (Sakaraya 12:10-14). Nipasẹ orilẹ-ede Isrẹli ni Ọlọrun sleleri ninu Jẹnẹsisi 12:1-3 lati bukun awọn orilẹ-ede aye. Ibukun to ga ju yoo yọrisi idariji ẹsẹ wọn ati isejọba ologo Mesaya lorilẹ aye.

Jesu sọ ìlépa Rẹ ki O to bẹrẹ isẹ-iransẹ Rẹ. Lẹyin ti O ti se itẹbọmi, Jesu lẹ sinu aginju ki a le e ti ọwọ èsù dan an wo. Nigba ti O pada de pẹlu isẹgun, O duro ninu synagọgu O si ka ẹsẹ yi:

Luku 4:18 " Ẹmi Oluwa nbẹ lara mi, nitoriti o fi àmi

òrórò yàn mi lati wasu ihinrere fun awọn òtòsì. O ti ran mi lati wasu idasilẹ fun awọn igbekun, itunriran fun awọn afọju, ati lati jọwọ awọn ti a pa lara lọwọ...

Iran Ọlọrun fun ijọ ni fun awọn eniyan lati gbogbo ẹya, ahọn ati orilẹ-ede, ki o le gbọ ihin rere ati lati di Iyawo Kristi. Jesu tikalararẹ fi àlàkalẹ̀ ìlépa wa fun wa yékéyéké nipasẹ Matiu 25 – waasu, se itẹbọmi, ki o si maa kọ eniyan gbogbo ni gbogbo orilẹ-ede.

O si wi fun wọn pe, "Ẹ lọ si gbogbo aye, ki ẹ si ma wasu ihinrere fun gbogbo ẹda". Maku 16:15

Nitorina ẹ lọ, ẹ ma kọ́ orilẹ-èdè gbogbo, ki ẹ si ma baptisi wọn li orukọ Baba, ati ni ti Ọmọ, ati ni ti Ẹmí Mimọ́, Matiu 28:19

Isọkan Iran

Ọkan lara awọn ipenija to ga ju ni wipe orisirisi iran ni o maa n wa lọpọlọpọ igba laarin akorajọpọ. Jọ̀wọ́ wo awọn apẹẹrẹ to wa nisalẹ.

Iran Ọlọrun – ète ti Ọlọrun fi pe ẹgbẹ́ naa papọ. O ni alakalẹ, ète ati iran ti o jẹ ọkan lara "Alakalẹ Gíga"

Iran Pasitọ - nigbati pasitọ ba ti gbọ lati ọdọ Ẹmi Mimọ, yoo ni òye ète Ọlọrun fun akorajọpọ naa.

Aladari ni awọn ero inu tirẹ naa tabi ikọni, o si ni awọn ilana-aatẹle tirẹ pẹlu.

Iran Awọn Eniyan. Ati awọn awọn eniyan to korajọpọ ati awọn adari ikorajọpọ naa ni iran tiwọn.

Awọn agbaagba to yi pasitọ ka le e fẹ pin, ki wọn o si isọrọsi ninu iran apapọ. Wọn le mọn itan ju pasitọ lọ.

Awọn eniyan wọnyi le e ni idamọn ti ara wọn lati ọdọ awọn adari tị wọn ti ni sẹyin ati awọn iriri ti wọn ti ni.

Awọn miiran jẹ ẹni to n da tara wọn ro tabi to ni iwa kokanm.

Awọn miiran ti le kọ awọn ẹkọ kan sẹyin ti o le niise pẹlu iran wọn fun ijọ won.

Iran Kedere N Gbe Isọkan Larugẹ

Iran kedere ti a pin maa n muni lọkan le, o si maa n fi aaye gba awọn eniyan lati wa papọ ki wọn o si sisẹ papọ. O maa n jẹ ki a ni ọkan irisi kanna ati ifojusun kanna. O maa n jẹ ki awọn eniyan "gun akasọ papọ - ẹ jẹ ki a lọ papọ". O si tun maa n fun awọn eniyan ète fun oun ti wọn n se nitori wọn jẹ eni pataki ninu ounkan ti n lọ sibikan. Iran apapọ maa n wipe, a n sisẹ papọ lati gbe oun kannna se. A nilo ara wa!

Mimun akorajọpọ ijọ rẹ wa sinu isọkan iran.

Ti o ba ti se ifidimunlẹ iran kedere nipa oun ti Ọlọrun fẹ mu jadẹ ninu isẹ iransẹ rẹ, bawo ni o wa se le e pin iran yii ki o si mun awọn eniyan wa sinu isọkan ète. Ranti pe **awọn eniyan maa n sáábà tako ayipada.**

Lo awọn ilana to wa nisalẹ yii lati ran ọ lọwọ nipa mimun akorajọpọ ijọ rẹ wa sinu isọkan iran:

1. Peelo ara rẹ. Wa oju Ọlọrun ki o si mọn iran rẹ pẹlu adura.
2. Se ifidimulẹ ibasepọ to ni ifọkantan pẹlu awọn adari to jẹ gboogi ki awọn pẹlu baa le ni ifikun nipa iran naa.
3. Ẹ gbadura papọ. Ẹ wa Ọlọrun. Ẹ jiroro lori iran naa papọ.
4. Nigba ti o ba seese lọ fun retreati pẹlu awọn adari rẹ ki ẹ si gbadura nipa iran naa.

5. Ẹ se alakalẹ awọn afojusun ọlọjọ gbọọrọ ati ọlọjọ kukuru

Ti awọn aladari rẹ gboogi ba ti pin iran kanna... o wa to akoko lati:

- Pe ipade.
- Ẹ se "Igbeyẹwo Okodoro". Nitootọ, nibo ni wa lọwọlọwọ yi? Nitootọ.
- Kini awọn ipenija ti a n doju kọ, nibo ni a n lọ gan an? Njẹ a ni ète bi?
- Pin iran naa pẹlu gbogbo eniyan, je ki o di mimọn. Sọ wipe "Ibi ti awa, gbogbo aladari gboogi, gbagbọ pe Ọlọrun n dari wa lọ niyi."
- Gbogbo aladari gboogo wa ni ifọwọsowọpọ, wọn joko papọ, olukuluku wọn si n pin ni itilẹyin fun "iran wa".
- Ibaraẹnisọrọ jẹ ọna olojumeji a si gbọdọ fi aaye gba afikun. Yoo rọọrun fun awọn eniyan ti o ni imọnlara pe a **tẹtisi** afikun awọn lati sa gbogbo ipa wọn ni riri i pe iran naa wa si imusẹ.
- Bikobasepe o di iran wọn, iwọ yoo kan maa sa ipa lati tii goke ni gbogbo igba ni.
- **Tún un sọ, tún un sọ, tún un sọ.** O se pataki lati maa se itẹnumọn iran naa ni gbogbo igba. Lo awọn àpèlé, ọrọ to rọrun lati ranti, koda iyipada orukọ. Fi iran naa sinu iwe atẹlewọ ijọ, sinu iwe ikede ati ibi gbogbo to ba bojumu lati se bẹ.
- Ẹ gbadura papọ fun awọn ipele kọọkan ti jẹ yiyan ati awọn aini lati ba pade.

- **E̩ koriya fun awo̩n ipele kekeke ti e̩ ba bori** ki e si je ki iwuri po̩ si.
- **Maa ranti lati wipe "E̩ seun."** Maa se idamo̩n is̩e ti a ba se daadaa ni gbogbo igba.

Wo̩nyi ni awo̩n e̩se̩ bibeli díè̩ nipa iran:
Bayi li Oluwa awo̩n o̩mo̩-ogun wi: E̩ máse feti si ò̩rò̩ awo̩n woli ti nso̩ aso̩te̩le̩ fun nyin: wo̩n so̩ yin di asan, wo̩n sò̩rò̩ iran inu ara wo̩n, kì i se lati e̩nu Oluwa. Jeremaya 23:16
Nibiti iran-woli kò sí, eniyan a yapa, sugbo̩n ìbùkún ni fun e̩niti o pa ofin mó̩. Iwe Owe 29:18
Nitori iran na je̩ ti ìgbà kan ti a yàn, yio ma yára si ìgbè̩hìn, kì yio si seke, bi o tilè̩ pe̩, duro dè é, nitori ni dide, yio de, kì yio pe̩. Habakuku 2:3
Oluwa si da mi lóhùn, o si wipe, Ko̩ iran na, ki o si hàn lara wàlã, ki e̩niti nkà a, le ma sare. Habakuku 2:2
Nitori emi mò̩ ìro ti mo rò si nyin, li Oluwa wi, ani ìro alafia, kì si i se fun ibi, lati fun nyin ni ìgbà ike̩hin ati ireti. Jeremiah 29:11
Nitori Oluwa O̩lo̩run kì o se nkan kan, sugbo̩n o fi ohun ìkò̩ko̩ rè̩ hàn awo̩n woli iranse̩ rè̩. Amosi 3:7
Ninu is̩e iranse̩ ati ninu òwò, a nilo lati ni **òye kedere Iran wa**, a si gbo̩do̩ mo̩n "**e̩ni ti a je̩ ati oun ti a n se**" ti yoo fun wa ni **iso̩kan ète to lagbara**.

AGBEYẸWO: ALAKALẸ IRAN

1. Alakalẹ iran yoo se alakalẹ yekeyeke oun ti afojusun yin gboogi jẹ
a. Bẹẹni
b. Bẹẹkọ

2. Alakalẹ iran yẹ ko je ọrọ onigbolohun kan ti o salaye isẹ iransẹ rẹ
a. Bẹẹni
b. Bẹẹkọ

3. Alakalẹ ilepa yoo sọ oun ti isẹ iransẹ rẹ n se ni pato
a. Bẹẹni
b. Bẹẹkọ

4. Emi yoo jẹ Ọlọrun rẹ, iwọ yoo si jẹ eniyan mi jẹ iran Ọlọrun ti la kalẹ fun tani?
a. Dafidi
b. Noah

d. Jesu
e. Abrahamu

5. Jesu se alakalẹ ilepa rẹ ti a le e ri ninu ẹsẹ bibeli wo
a. Johanu 17:17
b. Luku 4
d. Orin Dafidi 23
e. Ifihan 20:10

6. Kini iran Ọlọrun fun ijọ?
a. Lati ṣẹgun gbogbo aye fun Ọlọrun
b. Awọn eniyan nibi gbogbo yoo ni anfani lati gbọ ihin rere ati lati di Iyawo Kristi
d. Pe ki gbogbo awọn eniyan Rẹ ki o le e se rere ki wọn o si wa ni ilera

7. Ilepa ti Ọlọrun fun wa ni lati:
a. Waasu, se itẹbọmi ki a si maa Kọ gbogbo awọn orilẹ-ede
b. Ki a fi itara se asaro ninu ọrọ rẹ lojoojumọn
d. Ki a gbe igbe aye ti a ya sọtọ ti a si se ni mimọ fun un

8. Awọn eniyan ninu akorajọpọ le e ni iran tiwọn fun ijọ
a. Bẹẹni
b. Bẹẹkọ

9. Iran ti ko ruju ti a pin le e mu ki
a. Isiri ti yoo jẹ ki awọn eniyan sisẹ papọ ko wa
b. Isọkan ète wa
d. Imọn isepataki wa fun awọn eniyan ninu akorajọpọ
e. Gbogbo eyi to wa loke yii

10. Lati mu akorajọpọ wa si isọkan ète, pasitọ gbọdọ mọn iran Ọlọrun fun ijọ rẹ
a. Bẹẹni
b. Bẹẹkọ

Ori 11
IYIN ATI ISIN

Kı o to b! rẹ ẹkọ yii j! wọ se agbey! wo Aw! n Ipilẹ Ib! rẹ p! pẹ Ori Kınnı – Tani Ọlọrun?

Kikọrin laini ifamin-ororo-yan Ọlọrun – jẹ kikọrin lasan.

"O jẹ nkan ẹru lati se orin "Iyin ati Isin" ti o mu ki ebi fun ọpọ orin si i wa – isin gbọdọ yọri si ebi fun awọn ijinlẹ Ọlọrun ati Ọrọ Rẹ. Gẹgẹ bii adari isin a n gbe igbesẹ ti o jẹ wipe awọn eniyan gbogbogbo le e fẹran bẹẹni wọn si le e ma fẹran orin ti Ọlọrun n fii sọtẹlẹ latipase wa...sugbọn o se pataki julọ lati tẹ Ọlọrun lọrun. A mọn pe ipo ti ọta wa tẹlẹ ni lati mu isin wa siwaju itẹ. Bawo ni o se ye fun wa to lati kiyesara ki a ma baa subu bi oun se subu ki a si maa pongbẹ lati jẹ ki iyin naa jẹ tiwa."

Ninu majẹnu lailai Ibi Mimọ julọ jẹ fifipamọn pẹlu asọ ikele. Igba kan soso ti ẹnikẹni ni anfani lati wọnu rẹ ni lẹẹkan lọdun ni Ọjọ Mimọ Yom Kippur. Olu Alufa nikan ni yoo wọle yio si rubọ ẹjẹ, yio si sun turari niwaju Itẹ Aanu.

. . .

LONI, G! GẸ BII AK! RIN A RI AWA PỈ LU GEGẸ BI ALUFA.

Kini idi ti a fi fẹ wọnu Ibi Mimọ julọ?

Ipo alufa jẹ ipo irandiran. Alufa yoo lo gbogbo igbesi aye rẹ lati sin Ọlọrun ati lati rubọ fun idariji ẹsẹ awọn eniyan Ọlọrun. Awọn alufa kan lo jẹ eniyan ika julọ ninu orilẹ-ede, dipo ki wọn kigbe lodi si ẹsẹ, wọn darapọ mọn dida ẹsẹ. Gẹgẹ bi olórin ẹ jẹ ki a sọ́ ọkan wa, ki a baa le mu iwapẹlu Ọlọrun tọ awọn eniyan Rẹ lọ, ki wọn o baa le wa siwaju Rẹ fun iwosan, imupadabọsipo ati idariji ẹsẹ. Ẹ jẹ ki a se iyin ati isin pẹlu ọkan mimọ ti ko ni itiju ati laimu itiju ba Ọlọrun.

Ki alufa to wọnu Ibi Mimọ julọ, yoo ya ara rẹ si mimọ. Yoo ya ara rẹ sọtọ yoo si bere lọwọ Ọlọrun lati wẹ oun mọn kuro ninu ẹsẹ oun, ki O si ounkoun ti o le bi Ọlọrun ninu kuro. Iwẹnumọ mu wa jẹ didamọn fun Ọlọrun, ti o dayatọ si aye yi. Alufa yoo wọ aṣọ ọ̀tọ̀ to ni awọ to rẹwa pẹlu wura, olomi aro, èsẹ ati scarleti.

Njẹ a le e wo Adari Isin gẹgẹ bi alufa niwaju Ọlọrun?

Tani Olujọsin?

Olujọsin kii se awọn to n kọrin niwaju nikan. Awọn ti a n kọrin fun pẹlu yoo jọsin si Ọlọrun. Kii se pe a n mu awọn yoku wa siwaju Ọlọrun. A n sin Ọlọrun, nigba naa ni iwapẹlu Rẹ yoo kun inu ilé, awọn eniyan yoo si yan lati wọle siwaju Rẹ tabi lati ma wọle.

Didari Isin

Ọlọrun yoo mun awọn eniyan Rẹ wa siwaju Rẹ yio si mu ki ọkan wa wọnu ifarajin to jinlẹ.

Gẹgẹ bi adarin isin, ifarajin wa si Ọlọrun ati ifẹ wa fun Ọlọrun yoo jẹyọ nipasẹ isin wa. A ko le e díbọ́n, oun ti a mọn ọn se yoo fi bi ibasepọ wa pẹlu Ọlọrun se jin to pamọn. De ipele yii ni a o le fi isin wa han to.

Kilode ti a fi fẹ wọ iwaju Ọlọrun fun iwapẹlu Rẹ to jinlẹ?

Ki wọn o baa le e pongbẹ lati gbe nibẹ - titi lai, ki wọn o si pa ẹsẹ ati awọn ọlọrun miiran ti. Ki wọn o maa fẹ lati di iyawo Kristi, kii se lati jẹ ọmọ eyin nikan. Ki ọkan wọn ki baa le sipaya lati gba awọn oun yooku to wa ninu isin, ọrọ Ọlọrun latipasẹ Pasitọ tabi ise iransẹ ti a o se lẹyin isin orin.

Bi a se n yan lati sìn, Ọlọrun n fi okun fun wa lati la oungbogbo kọja.

Njẹ o ranti Paulu to n kọrin ninu ọgba ẹwọn?

Nigbati nwọn si lù wọn pupọ, nwọn sọ wọn sinu tubu, nwọn kìlọ̀ fun onitubu ki o pa wọn mọ́ daradara: 24 Nigbati o gbọ́ irú ikilọ bẹ̃, o sọ wọn sinu tubu ti inu lọhun, o si kàn āba mọ wọn li ẹsẹ. 25 Sugbọn larin ọganjọ Paulu on Sila ngbadura, nwọn si nkọrin ìyìn si Ọlọrun: awọn ara tubu si ntẹti si wọn. Ise Awọn Apọsteli 16:23-25.

A da eniyan pẹlu soulu, ẹmi ati ara wa. Ara soulu wa ni

ọkan wa, yiyan ipin ati imọnlara wá wà. Ẹmi wa ti ọdọ Ọlọrun wa o si n ni ibasepọ pẹlu Ọlọrun. Ara wa ni ibi ti a n gbe. Eyi ran wa lọwọ lati ni òye bi a se n jọsin.

Orisirisi ipele Iyin ati Isin ni o wa.

Ìpele Soulu

Orin le e ti awọn eniyan. O n ti awọn eniyan lati jo, lati kọrin, lati "yo ifẹ," lati wa ni irobinujẹ, lati dunnu.

Ọpọ orin ni o n jẹ kíkọ ni ipele soulu. Ète rẹ ni lati se koriya. Sugbọn njẹ iru orin bẹẹ n mu ọkan wa ni dandan lati lọ siwaju Ọlọrun bi?

Ìpele Iyin

Iyin n bẹrẹ lati se isẹ iransẹ fun ọkunrin Ẹmi. Iru orin yii n pa ni dandan fun ọkan lati gbe afojusun rẹ si Ọlọrun dipo ara. Ẹmi Ọlọrun yoo bẹrẹ si ni rin ni ọkan awọn eniyan, O le mu iwosan wa, idande ati awọn ẹbun Ẹmi miiran.

Ẹ fi iyin fun OLUWA. Ẹ kọ orin titun si Oluwa, ati iyìn rẹ ninu ijọ awọn eniyan-mímọ́. 2 Jẹ ki Israeli ki o yọ̀ si ẹniti o dá a; jẹ ki awọn ọmọ Sioni ki o kún fun ayọ̀ si Ọba wọn. 3 Jẹ ki wọn ki o yin orukọ rẹ ninu ijó: jẹ ki wọn ki o fi ìlù ati dùrù kọrin ìyìn si i. 4 Nitori ti Oluwa se inúdídùn si awọn eniyan rẹ; yio fi igbala se awọn onirẹlẹ li ẹwà. 5 Jẹ ki awọn eniyan mímọ́ ki o kún fun ayọ̀ ninu ogo; ki wọn ki o mã kọrin kikan lori ẹni wọn. Orin Dafidi 149:1-5

Ipele Isin

Nigbati awọn adari isin ba se idamọn Ọkan Ọlọrun ti wọn si jọsin si i, **Ọlọrun yoo mu awọn eniyan wa siwaju Rẹ.**

Nigbati a ba wọ iwaju Ọlọrun pẹlu ijọsin, aye wa yoo yipada. A wọ iwaju Rẹ a si pa awọn aniyan wa ti, awọn oun ti a nilo lati se ati awọn ipade, afojusun wa si wa lori Ọlọrun nikan. A si se idamọn titobi Ọlọrun, ifẹ Rẹ ati Ẹni ti O jẹ. Nibiyi ni Ọlọrun ti n ba ọkan wa sọrọ ti o si n fun wa ni iwosan, itọni ati alaafia. Ni ipele yii ni a ti maa n se idamọn wiwa Rẹ gidigidi.

A ko le e tiju lati wọnu ijọsin to jinlẹ pẹlu Ọlọrun niwaju awọn miiran. Nipa wiwọ inu isin to jinlẹ yii nikan ni a fi le e dari awọn miiran lọ si ominira fifi ifẹ wọn han si Baba wọn ti n bẹ ni Ọrun.

Iyin ninu Ijagun Ẹmi

Ti a ba wo Ọba Jehosafati, a ri isẹlẹ to lagbara:

Nigbati nwọn bẹ̀rẹ̀ si i kọrin ati si i yìn, Oluwa yan ogun-ẹhin si awọn ọmọ Ammoni, Moabu ati awọn ara òke Seiri, ti o wá si Juda, a si kọlù wọn. Kronika II 20:22

A ri i nibi wipe bi awọn eniyan se je wipe wọn ko maa kọrin lasan sugbọn ti wọn n yin in, O pa ọta run. Awọn asiko kan wa ti Ọlọrun maa n lo iyin wa gẹgẹ bii Ijagun Ẹmi – nigba ti a ba kọrin, ọta yoo sa.

6 Ki ìyìn Ọlọrun ki o wà li ẹnu wọn, ati idà oloju meji li ọwọ wọn; 7 Lati san ẹsan lara

awọn keferi, ati ijiya lara awọn eniyan; 8 Lati fi ẹ̀wọ̀n de awọn ọba wọn, ati lati fi sẹkẹsẹkẹ irin de awọn ọlọ̀tọ̀ wọn; 9 Lati se idajọ wọn, ti a ti kọwe rẹ̀, ọlá yi ni gbogbo eniyan mímọ́ rẹ̀ ni. Ẹ fi ìyìn fun Oluwa. Orin Dafidi 149:6-9

Ipele wo ni orin ti o maa n lu lori awo ati awọn orin ti o maa n kọ n mu awọn eniyan to n gbọ ọ wọ lọ?

Ilana aatẹẹle daradara fun iyin ati isin ni lati mọn pe nse ni a kan n se igbelarugẹ fun oun ti Ọlọrun n se.
 A gbọdọ se idamọn pe a da wa lati maa yin Ọlọrun ni.
 A wa siwaju Rẹ pẹlu ọkan mimọ.
 Wa pẹlu ireti pe Ọlọrun yoo rin.
 Bi Ọlọrun se n rin, rin pẹlu Rẹ.
 Ojuse wa ni lati darapọ mọn oun ti Ọlọrun n se kii se lati maa reti ki Ọlọrun ranwalọwọ.
 A jẹ alufa niwaju Rẹ. Jọsin si i ninu ẹmi ati ninu otitọ, kii se fun ọ lati mun itiju ba a sugbọn lati mun awọn eniyan Rẹ wa siwaju Rẹ ki O baa le mu itiju wọn kuro.
 Ni ireti nla pe Ọlọrun yoo rin laarin awọn eniyan Rẹ, inu iyin awọn eniyan Rẹ lo ngbe, nigba to ba si rin – a o yipada.
 Jọsin si Ọlọrun ninu Ẹmi ati otitọ. Wẹ ọkan rẹ mọn ki o to bẹrẹ sini lu oun elo orin. Mu iyin rẹ wa bii ọrẹ siwaju Rẹ. Tí o bá ní ẹsẹ kan, tabi o ni ounkan lodi si ẹnikan, yanju na ki o to jọsin. Beere fun idariji, yanju aigbọraẹniye. Ki o baa le jẹ alufa niwaju Rẹ.

Se igbaradi **ki o to lo oun elo orin.** Se igbaradi pẹlu oun elo orin rẹ, se igbaradi orin kíkọ ati oun elo orin lílò lapapọ pẹlu awọn ẹgbẹ rẹ. Rii daju pe awọn to wa ni yara ẹrọ ti yin oungbogbo soke bo se yẹ ki ẹ to bẹrẹ ijọsin. Mase fi aaye gba ẹnikẹni ninu akorajọpọ ẹyin ti ẹ jọ n kọrin lati ma a se igbaradi nigba ti isin n lọ lọwọ. A kò fe jẹ idiwọ - a fẹ jọsin si Ọlọrun ni.

Lori Ọlọrun ni afojusun wa kii se lori ara wa.

Ẹ fi ìyìn fun OLUWA. Ẹ fi ìyìn fun Ọlọrun ninu ibi mímọ́ rẹ̀; yìn ín ninu ofurufu oju-ọrun agbara rẹ̀. 2 Yìn ín nitori isẹ agbara rẹ̀: yìn ín gẹgẹ bi titobi nla rẹ̀. 3 Fi ohùn ìpè yìn ín: fi ohun-èlo orin ati duru yìn ín. 4 Fi ìlù ati ijó yìn ín: fi ohun ọnà orin olókùn ati fèrè yìn ín. 5 Ẹ yìn ín lara aro olóhùn òkè: ẹ yìn ín lara aro olóhùn goro. 6 Jẹ ki ohun gbogbo ti o li ẹmi ki o yin Oluwa. **Ẹ fi iyin fun OLUWA.** Orin Dafidi 150:1-6

AGBEYẸWO: IYIN ATI ISIN

1. Kikọrin laini ifamioroyan Ọlọrun – jẹ kikọrin lasan.
   a. Bẹẹni
   b. Bẹẹkọ

2. A ko ri awọn akorin gẹgẹ bii alufa.
   a. Bẹẹni
   b. Bẹẹkọ

3. Lusifẹri ni o maa n mun iyin wa siwaju ìtẹ́ nigbakanri.
   a. Bẹẹni
   b. Bẹẹkọ

4. Gẹgẹ bi olórin ẹ jẹ ki a _____ ọkan wa, ki a baa le mu _____ Ọlọrun tọ awọn eniyan Rẹ lọ, ki wọn o ba le e gba _____, _____ ati idariji ẹsẹ.

5. Ẹ jẹ ki a se iyin ati isin pẹlu _____ _____ ti ko ni _____ ati laimu itiju ba Ọlọrun.

6. Ki alufa to wọ wonu Ibi Mimọ Julọ, yoo ya ara rẹ si mimọ. Njẹ o ye ki a maa ya ara wa si mimọ ki a to se ijọsin?
a. Bẹẹni
b. Bẹẹkọ
d. Ni awọn asiko kan

7. Ifẹ wa si Ọlọrun n farahan nipasẹ ijọsin wa
a. Bẹẹni
b. Bẹẹkọ

8. A le e díbọ́n, oun ti a mọn ọn se yoo fi bi ibasepọ wa pẹlu Ọlọrun se jin to pamọn.
a. Bẹẹni
b. Bẹẹkọ

9. Bi a se n _____ lati sìn, Ọlọrun n fi _____ fun wa lati la oungbogbo kọja.

10. Èwo ninu awọn ipele yii ni kii se ipele iyin ati isin?
a. Iyin ninu Ijagun Ẹmi
b. Ipele Àlá d. Ipele Soulu
e. Ipele Ijọsin

11. Ti a ba n kọrin, bawo ni a o se rii daju pe a ko jẹ idiwọ?
a. Se igbaradi saaju akoko.
b. Ri wipe awọn amoju ẹrọ peelo oun gbogbo silẹ ki ẹ to bẹrẹ.
d. Mase fi aaye gba igbaradi nigba ti isin n lọ lọwọ.
e. Gbogbo eyi to wa loke yii

12. Ewo ni kii se ilana aatẹle ti yoo se igbelarugẹ fun oun ti Ọlọrun n se?
a. Se idamọn pe a da wa lati maa yin Ọlọrun ni.
b. Wa siwaju Rẹ pẹlu ọkan mimọ.
d. Lu oun elo orin pẹlu igboya inu ara rẹ gẹgẹ bii olorin nla
e. Wa pẹlu ireti pe Ọlọrun yoo rin.
ẹ. Bi Ọlọrun se n rin, rin pẹlu Rẹ.

13. Ojuse wa ni lati _____ mọn Ọlọrun kii se lati maa _____ ki Ọlọrun _____.

14. Bi awọn akorajọpọ ijọ ko ba kọrin pẹlu wa, kini ko yẹ ki a se?
a. Gbe afojusun wa sori Ọlọrun
b. Kigbe mọn awọn akorajọpọ ijọ
d. Kọ orin ti awọn akorajọpọ ijọ le e mọn
e. Rii daju pe orin naa ko ka soke ju bẹẹni ko lọ silẹ ju.

Ori 12

WA SOKE TO GA SII NINU IFẸ RẸ

I. Ifẹ Wa Gẹgẹ Bi Eniyan Ko Se e Fi We Ifẹ Ọlọrun

PAULU DUNNU GIDIGIDI si awọn ara Filipi, o si nifẹ wọn gidigidi. O kọ ọ wipe awọn ayọ ati ade oun. O wipe, "Nitorina ẹ duro giri ninu Oluwa..." O fun wọn ni itọni, sugbọn o tun n sọ ki wọn gbadura: "...ninu ohun gbogbo, nipa adura ati ẹbẹ pẹlu idupẹ, ẹ mã fi ìbere yin hàn fun Ọlọrun. Ati alafia Ọlọrun, ti o ju ìmọ̀ràn gbogbo lọ, yio sọ ọkàn ati ero yin ninu Kristi Jesu." Ni alẹ yii m gbagbọ pe a nilo lati se isọdọtun awọn ọrọ yi ninu aye tiwa. Nibiyi, nibi ti a ti sunmọn ara wa to bẹẹ, ko fi bẹẹ rọrun nitori ìpèèlò silẹ awọn kan ju ti awọn miran lọ; awọn kan ti la in akọja ju awọn miran lọ - wọn si ni ọpọlọpọ nkan wọn to ti jona. Awọn kan ko si ti ni iriri yi. Paulu n aaye gab gbogbo iwọnyi. "Ati alafia Ọlọrun, ti o ju ìmọ̀ràn gbogbo lọ, yio sọ ọkàn ati ero yin ninu Kristi Jesu."

Filipi 4:1-15

1 Nitorina, ẹyin ará mi olufẹ, ti mo si nsafẹri gidigidi, ayọ̀ ati ade mi, ẹ duro sinsin bẹ̃ ninu Oluwa, ẹyin olufẹ mi.

2 Emi nbẹ̀ Euodia, mo si nbẹ̀ Sintike, ki wọn ni inu kanna ninu Oluwa.

3 Mo si bẹ ọ pẹlu, bi alajọru-ajaga mi tõtọ, ran awọn obinrin wọnni lọwọ, nitori wọn nba mi sisẹ pọ̀ ninu ihinrere, ati Klementi pẹlu, ati awọn olubasisẹ mi iyoku pẹlu, orukọ awọn ti nbẹ ninu iwe ìyè.

4 Ẹ mã yọ̀ ninu Oluwa nigbagbogbo: mo si tún wi, Ẹ mã yọ̀.

5 Ẹ jẹ ki ipamọra yin di mímọ̀ fun gbogbo eniyan. Oluwa nbẹ nitosi.

6 Ẹ máse àníyàn ohunkohun; sugbọn ninu ohun gbogbo, nipa adura ati ẹbẹ pẹlu idupẹ, ẹ mã fi ìbere yin hàn fun Ọlọrun..

7 Ati alaafia Ọlọrun, ti o jù ìmọ̀ràn gbogbo lọ, yio sọ ọkàn ati ero yin ninu Kristi Jesu.

8 Li akotan, ará, ohunkohun ti i se õtọ, ohunkohun ti i se ọ̀wọ̀, ohunkohun ti i se títọ́, ohunkohun ti i se mímọ́, ohunkohun ti i se fifẹ, ohunkohun ti o ni irohin rere; bi ìwà títọ́ kan ba wà, bi ìyìn kan ba si wà, ẹ mã gbà nkan wọnyi rò.

9 Nkan wọnni, ti ẹyin ti kọ́, ti ẹyin si ti gbà, ti ẹyin si ti gbọ́, ti ẹyin si ti ri lọwọ mi, ẹ mã se wọn: Ọlọrun alafia yio si wà pẹlu yin.

10 Sugbọn emi yọ̀ gidigidi ninu Oluwa pe, àsíwá-àsíbọ̀ ero yin tun sọji fun mi, eyiti ẹ ti nro nitotọ, sugbọn ẹyin kò ni àkókò ti o wọ̀.

11 Kì í se pe emi nsọ nitori aini: nitoripe ipòkípò ti mo ba wà, mo ti kọ́ lati ni ìtẹ́lọ́rùn ninu rẹ̀.

12 Mo mọ̀ bi ã ti i se di rírẹ̀-sílẹ̀, mo mọ bi ã ti i se di

pupọ: li ohunkohun ati li ohun gbogbo mo ti kọ́ asiri ati mā jẹ àjẹyó ati lati wà li aijẹ, lati mā ni àníjù ati lati se alaini.

13 Emi le se ohun gbogbo ninu Kristi ẹniti nfi agbara fun mi.

14 Sugbọn ẹyin seun gidigidi niti pe ẹyin se alabapin ninu ipọnju mi.

15 Ẹyin papa si mọ̀ pẹlu, ẹyin ara Filippi, pe li ibẹrẹ ihinrere, nigbati mo kuro ni Makedonia, kò si ijọ kan ti o ba mi se alabapin niti gbígbà ati fifunni, bikoṣe ẹyin nikanṣoṣo.

Ifẹ Ọlọrun lagbara gan. O fẹ se ọpọ nkan n inu aye wa debi pe aye wa yoo yipada. O fẹ mu awọn oun to jẹ ti eniyan ninu abuda wa kuro, O si fẹ ki alaafia Ọlọrun wá, ki o si pa ọkan ati ero wa mọn nipasẹ Rẹ. Awọn asiko kan wa ti awọn oun to n sẹlẹ layika wa maa n tì wá; Oluwa fẹ yiwapada ki a baa le dabi Rẹ. Mo gbagbọ nitootọ pe Ọlọrun fẹ yi aye wa po pẹlu ifẹ Rẹ ti a ko finí ní akọlukọgba ifẹ eniyan – a o se idamọn pe ifẹ Ọlọrun bori oun gbogbo miran. Ọlọrun n se eyi ti ko seese ni aye ẹnikọọkan wa ki a baa le lọ ninu ifẹ Rẹ ati pe ifẹ Rẹ yoo tàn ka aye. Emi ko gbagbọ pe ifẹ eniyan to dapo mọn ifẹ Ọlọrun jẹ pipe. Mo gba pe o jẹ alaipe. Sugbọn oun ti Ọlọrun fẹ se fun wa ni lati mu ifẹ ara kuro ati lati funni ni ifẹ fun arayoku ti awọn oun tó ń sẹlẹ layika ko le e yẹ. Fun apẹrẹ, ti a ba nifẹ ẹnikan, ti a n ran ẹnikan lọwọ, ti wọn si wa se ounkan to buru siwa, nigba naa ni yoo dun wa ti a o si karako. Sugbọn Ọlọrun n wipe, ki alafia Ọlọrun, ti o ju ìmọ̀ràn gbogbo lọ, ki o sọ ọkàn ati ero yin ninu Kristi Jesu.

Ẹ jẹ ki a si si Kọrinti I 13

Kọrinti I 13:4-8 wipe: "Ifẹ a mã mu suru, a si mã seun; ifẹ kì í se ilara; ifẹ kì í sọrọ igberaga, kì í fẹ̀, kì í huwa àìtọ́, kì í wá ohun ti ara rẹ̀, a kì í mu u binu, bẹ̀ni kì í gbiro ohun buburu; kì í yọ̀ si aisododo, sugbọn a mã yọ̀ ninu otitọ; a mã farada ohun gbogbo, a mã gba ohun gbogbo gbọ́, a mã reti ohun gbogbo, a mã fàyàrán ohun gbogbo. Ifẹ kì í yẹ̀ lai: sugbọn biobasepe isọtẹlẹ ni, wọn ó dopin; biobasepe ẹ̀bun ahọn ni, wọn ó dakẹ; biobasepe ìmọ̀ ni, yio di asan."

A n gbé ni wakati Ẹmi Otitọ. Mo gbagbọ pe Ẹmi Otitọ yoo gba ipo awọn nkan yoku yii. Mo gbagbọ pe Ọlọrun n muu wa pẹlu agbara sinu aye wa ki a baa le mọn otitọ naa – ki a baa le rin ninu otitọ ki a si gbọran si otitọ naa. O si ti fi alaafia Rẹ fun wa, ti o kọja eyi ti a le e ni oye Rẹ. Ifẹ eniyan ti a ni ko se e fi we ifẹ Ọlọrun. A maa n kuna pẹlu rẹ. O maa n pa wa lara. Imọnlara wa maa n dapọ mọn, wọn si maa n fàya. Sugbọn bi a ba gba Ọlọrun laaye lati mu awọn nkan wọnyi kuro ninu aye wa ki ifẹ Rẹ mimọ baa le wa nibẹ - ti ifẹ Rẹ mimọ si n se idahunsi oungbogbo – nigba naa ni awọn oun to n sẹlẹ layika ko ni yọwalẹnu mọn. Emi o si gba pẹlu rẹ pe o nira gidi fun wa, ni ọpọ igba, lati dakẹ nigba ti a lero pe a nilo lati sọrọ. O nira fun wa lati ma binu nigba ti awọn isẹlẹ ba dide to danwawo de opin suuru wa. Ọlọrun pẹlu a maa binu, ranti eyi; sugbọn ibinu Rẹ yatọ si ibinu eniyan. Ibinu Rẹ yatọ. Ibinu wa ni ọpọ oun ti ifẹ Rẹ ko ni. Ibinu ti o maa n ti ọdọ wa wá kii se lati ọdọ Ọlọrun, lọpọ igba. Ni awọn igba kan Ọlọrun a maa wa pẹlu ibinu Rẹ, sugbọn O n wi fun wa pe Oun fẹ ki ifẹ Oun ko dipo ifẹ eniyan ti ko dara yii. O jẹ ti imọntaraẹni nikan, o da lori ara, o n wa ire tara rẹ nikan, o da lori awọn nkan wọnyi – o n jowu, o n wa ògo asan, o n gberaga o si n wú. Sugbọn ifẹ Ọlọrun kii se ọkankan ninu iwọnyi.

II. Ọlọrun N Sọwa Di Pipe Pẹlu Ifẹ Rẹ

Sugbọn, o mọn wipe o ko kọ eyi lojiji. O n kọ ọ nipa síse. A n kọ ọ nipa oun ti Ọlọrun n se ninu aye wa. Mo ranti asiko kan ninu aye mi nigba ti Ọlọrun sọ fun mi pe, "O ko le e fẹran ọkọ rẹ, o ko le e fẹran awọn ọmọ rẹ ju bi o se fẹran ajeji to wa nita lọ." Aaa, eleyi jẹ "òlùgbọ́ńgbọ́" ńlá. Bawo ni mo se le se eyi? Nigba ti mo ba gbaa laye lati mu oun ti ko dabi Rẹ kuro ninu mi, oun ti kii se ifẹ Rẹ, nikan ni mo le se eyi. A ni ifẹ fun ara wa, sugbọn o le ma je ifẹ Ọlọrun; o kan le jẹ imọnlara lasan ti a ni si ara wa. Sugbọn nigba ti **a ba ni ifẹ Ọlọrun ninu wa, nigba naa ni a o ni imọnlara to yatọ.** Ọlọrun se nnkan ti yoo ran wa lọwọ ninu isẹlẹkisẹlẹ ti a ko ba mọn ọna ti a o gbe e gba. Mo le e sọ fun ọ nibiyi pe awọn asiko to n dánni wo wa. Awọn asiko idanwo laarin ara wa; asiko idanwo pẹlu awọn ọmọ wa; ati awọn asiko idanwo pẹlu ara wa – nitoripe a fẹran ayé wa.

Sugbọn pẹlu ifẹ Ọlọrun nini aye rẹ, wa a gbiyanju lati kiyesara nipa oun ti iwọ yoo sọ, oun iwọ yoo se, ati bi iwọ yoo se huwa. Díẹ lara wa kii fi apẹrẹ ifẹ Ọlọrun han to bẹẹ, abi a n se? Awa melo ni a mọn eyi? Iwọ mọn eyi. Ni awọn igba miran ti o jẹ alapẹrẹ ifẹ Rẹ, awọn olukọ a binu, idarudapọ a bẹrẹ ni ile-iwe ati awọn ẹmi a si maa sare kiri ibi gbogbo. Nigba naa a o nilo lati wọle ki a si gbadura, ki a le baa mun wọn kuro. O dara ki o mọn pe Ọlọrun n sọ iwọ pẹlu di pipe, pẹlu ifẹ Rẹ. Ati **ni ọjọ kan iwọ o le e duro ni akorajọpọ awọn eniyan, iwọ yoo si ni iriri ifẹ Ọlọrun fun awọn eniyan, nitori yoo mun oun gbogbo yoku kuro laye wa – bi a ba gba a laye.**

Oun kan nipa Oluwa, ni awọn igba miran a maa n se asise ti ko tọ; a maa n sọ a si maa n se awọn ounkan. Sugbọn ni kétè ti a b se bẹẹ, ounkan sẹlẹ. Awa melo la mọn eyi?

Laipẹ yoo ye wa pe awọn nkan ti a se nni kii se ti Oluwa, sugbọn ìfèsìsí wa. Ọlọrun n sọ wa di pipe ninu alaafi Rẹ; O n sọ wa di pipe ninu ifẹ Rẹ. O ni gbogbo awọn nnkan wọnyi ni yoo kọja lọ, sugbọn ifẹ Mi ko ni **lailai** kọja lọ. Alaafia Mi ko ni **lailai** kọja lọ. Ayọ mi ko ni lailai kọja lọ. Ọlọrun fẹ eyi pe labẹ botiwukori ki a sinmin ninu alaafia Rẹ, ki a sinmin ninu ifẹ Rẹ, ki a si ni ayọ Rẹ; **ninu orisirisi isẹlẹ to n sẹlẹ, Oluwa yoo pawa mọn.**

O n sọ nibiyi, "Ati alafia Ọlọrun, ti o jù ìmọ̀ràn gbogbo lọ, yio sọ ọkàn ati ero yin..." Kii se ọkan yin nikan, sugbọn ero yin pẹlu. "...nipasẹ Kristi Jesu." Awọn nnkan wọnyi ko ni yipada. Ọrun ati aye yoo kọja lọ, sugbọn Jesu wipe "Ọrọ Miko ni kọja lọ **LAILAI**." Oun ti O si n se ninu aye wa wà titi lai. Amin. O n mun awọn idiwọ kuro ninu wa; O n mun awọn nkan naa kuro to jẹ wipe, ti a ba kọ wa nibi lati jade lọ si orilẹ-ede miran, o se pataki gidigidi pe ki a kọ wa ninu awọn nnkan kekeke wọnyi. O se pataki ki o jẹ ifẹ Ọlọrun lo n dari aye wa. O se pataki gidi ki alaafia Rẹ wa nibẹ, ati ki ayọ Rẹ wa nibẹ. Ifẹ nni, alaafia ati ayọ ti O ti fi sinu wa yoo sọ fun awọn eniyan nita pe Jesu fẹran wọn. Idi si niyi ti a fi nilo lati gba Oluwa laaye lati mun awọn oun ti ko wulo nni kuro laye wa ki o si jẹ ki ẹran ara lọ, ki ifẹ Rẹ mimọ ba le ma gbe inu wa.

A ko se apẹrẹ iwa Ọlọrun nigba ti a ba n binu. A ko se apẹrẹ iwa Rẹ ti a ba fẹ ọ̀na tiwa, ki a se nnkan tiwa. Ọlọrun fẹ ki a wa sinu ibasepọ pelu oun, pẹlu ifẹ Rẹ alailabawọn ati alaafia ati ayọ, ki a ba le e wa ni ọkan kan papọ ninu ounkoun ti Ọlọrun ba ni fun wa lati se. Alaafia Rẹ, ifẹ Rẹ, ayọ Rẹ... Mo le e sọ fun ọ pe mo ni suuru to pọ si, mo ni ifayaran to pọ si ni ẹni ọgọrin ọdun ju eyi ti mo ni ni ẹni ogoji ọdun lọ. Mo le e sọ fun ọ pe O ti se ọpọlọpọ ninu aye mi, O si le e se bẹẹ pẹlu ninu aye rẹ. Ko nilo lati gba ogoji ọdun lati se e. Gbogbo oun to pe fun ni ipinnu lati jẹ ki Ọlọrun yi aye rẹ pada. O si le e jẹ sise kánkán, ti a ba yan nitootọ lati rin ninu ifẹ Rẹ, ki a si jọlọwọ awọn isesi eniyan ti a n pe ni ifẹ.

III. Ifẹ Ọlọrun Kii Reti Nnkankan Pada

Ifẹ tiwa maa n mun ipalara wa fun wa. Ifẹ Ọlọrun kii pa wa lara. Ifẹ Ọlọrun kii reti ounkoun pada. O jẹ ailabawọn – o maa n tanka o si maa n fẹran gbogbo eniyan lai reti ounkoun pada fun eyi. Ti o ba fẹ nnkan pada, o gbọdọ jẹ pe awọn oun to wu ọ wa nibẹ ati ifẹ tirẹ. Ọlọrun n wipe, "Mase reti ounkoun lọdọ ẹlomiran. Fẹ wọn pẹlu ifẹ Oluwa, wọn o si dahun pẹlu ifẹ Ọlọrun." Sugbọn ti a ba fi oun miran han wọn, a n se idiwọ fun oun ti Ọlọrun fẹ ki a se, oun ti O fẹ ki a jẹ. O fe ki ifẹ Rẹ ko yi aye wa pada. O ku síwa lọwọ. Ko ni ẹtan, ko ni ijọraẹniloju, ko si wu pẹlu igberaga. Kii foju kere ẹni. Ifẹ Ọlọrun kii takú lori ẹtọ tirẹ ati ọna rẹ. Tori kii wa ti ara rẹ nikan, kii se onimọntaraẹninikan, kii kanra, kii bẹru kii si tanidanu. Ki i se akọsilẹ ibi ti a se sii. A nilo eyi, abi ko nilo rẹ? A nilo eyi nitori pe laipẹ jọjọ, ẹnikan yoo se nnkan si wa, ounkan yoo si dide ninu wa fun ija.

Ni ọpọlọpọ ọdun sẹyin, Ọlọrun n bamiwi, mo si wipe, "Sugbọn Ọlọrun, emi ko tọ si iru eyi." Melo ninu wa lo ti sọ bayi ri? "Ọlọrun, iru eyi ko tọ si mi." Ọkan mi yigbì nipa rẹ gan an; nitori o damiloju pe mo jare. Mo lọkan pe mo jare, pe n ko tọ si iru nnkan naa. Sugbọn Ọlọrun sọ fun mi, "Iwọ ọlọkan lile! Ko nirumọn boya o tọ si ọ tabi ko tọ si ọ - jọlọwọ!"

Oun to maa n sẹle pẹlu wa niyi: a maa n huwa lọna kan,

Oluwa si sọ pe, "Saa jọwọ rẹ. Ko nitumọn." Ifẹ Ọlọrun fọkan si awọn nkan wọnni. Ọlọrun yoo fi fun ọ. Ọkunrin kan n bẹ ti a ti ranlọwọ gidigidi, o si jẹ oniwaasu. A ti ran an lọwọ a si yọọ kuro ninu isoro kan ati òmíràn. A gbadura fun lati bọ ninu rẹ oun ati idile rẹ, a se awọn orisirisi nkan miran pẹlu. Nigba ti yoo si sọrọ nipa mi, o pe mi ni "obinrin nni." "O...obinrin nni," Ẹ ẹ rii. Gbogbo odun ti mo fi ran an lọwọ, mo wipe, "Bawo ni o ti pẹ to, Oluwa ti emi yoo fi ran ọkunrin yii lọwọ ti n ko sini ni apọnle to kere julọ lati ọdọ rẹ?" Ko tilẹ ranti orukọ mi, lẹyin ọpọlọpọ ọdun ti mo fi ran an lọw.

Ni awọn igba miran, a nilo lati farada awọn nnkan wọnyi. Sugbọn bawo ni a se n se ihuwasipada si i? Mo kan wipe, "Oluwa, mo lero pe mo ti ran an lọwọ to." Sugbọn Oluwa ko rii bẹẹ. "Sugbọn, Oluwa, o to gẹ́." Nigba asiko kan mo wipe, "Oluwa, emi yoo fi agadagodo si ẹnu ọna, n ko si ni jẹ ki awọn eniyan maa wa mọn." Mo sọ eyi fun Oluwa ni bẹ ẹmeji si ẹmẹta. Sugbọn Oluwa wipe, "O mọn pe o ko ni se eyi."

Ifẹ Ọlọrun ni oun to ni lati lọ sita ki o si yi awọn ọkan pada. Ọkan awọn ọmọde, ọkan awọn agba, ọkan gbogbo eniyan. **Ifẹ Ọlọrun ni lati se e.** A ko le e se nipa nina wọn, pipariwo mọn wọn tabi kikigbe mọn wọn. A ko le e se nipa bibinu si wọn. Kii sisẹ lọna yẹn. Ni awọn asiko kan a maa n fẹ bẹ ẹ, ati ni awọn igba miran a maa n se e, sugbọn kii sisẹ.

Ifẹ Ọlọrun maa n se ifayaran oungbogbo.

Asiko kan yoo wa ti Ọlọrun yoo sọ pe, "O ti to." O ni awọn eniyan péréte ninu aye mi ti Ọlọrun ti mun mi lọ sọdọ wọn ti O si wipe, "O ko ni oun miran lati se fun wọn. O ti pari." Ọlọrun seun, awọn bẹ ẹ ko pọ. Sugbọn nitoripe Oluwa sọ pe o ti to, a fa sẹyin, awọn wọnyi ko si si ibikankan pẹlu

Ọlọrun. Wọn fa sẹyin, nitori Ọlọrun mọn oun to wa ni ọkan wọn. Ọlọrun mọn awọn nkan nni ti wọn n se lodi oun ati si Ẹmi Rẹ ati Ọrọ Rẹ ati lodi si ifẹ Rẹ.

IV. Ifẹ A Maa se Ifayaran Fun Igba Pipẹ, O Si Ni Suuru

Oluwa fẹ fi iru ifẹ yii, to n fayaran fun igba pipẹ to si ni suuru, mulẹ ninu wa. Ọpọ eniyan – awọn ọdọ - ko ni suuru kankan. Sugbọn **suuru jẹ ounkan ti eniyan n kọ nipa ifayaran.** Ati ni igba miran mo maa n gbọ ọrọ lati ẹnu ẹnikan si ikeji, mo si le e sọ pe wọn ko fayaran ounkoun. Wọn ko fi ifẹ Ọlọrun han, wọn ko se ifayaran ounkoun. Sugbọn Ọlọrun wipe ifẹ oun maa n se ifayaran. O ni suuru. O ni ise rere. A nilo lati gbọ ọrọ rẹ loni ki a si wipe, "Oluwa, kun mi pẹlu ifẹ Rẹ. Kun ọkan mi, kun ero mi, kun ara mi pẹlu ifẹ Rẹ."

O ni lati jẹ ofin lori ofin, ofin lori ofin ati ilana lori ilana, ilana lori ilana, díẹ̀ nibi ati díẹ̀ lọun. **Ọlọrun yoo yi aye rẹ pada.** Eyi ni oun to le ju ti a nilo lati se. Kini idi? O wipe, "Mo kan n fi ifẹ mi sinu rẹ ni. Ti o fi jẹ pe ti o ba jade lọ si orilẹ-ed miran, wọn o le mọn pe Emi ni mo ran ọ. Ati pe ifẹ mi n bẹ ninu rẹ, ati pe wọn o se idahunsi si ifẹ mi." Gbogbo eniyna, ayafi ti wọn ba ti fi ọkan wọn fun iye rira tabi ti agbara Satani ba n dari wọn patapata, ni ifẹ Ọlọrun maa n mì. Ọlọrun n pe wa lati sìpè, lati gbadura, lati nifẹ ara wa, lati gbe Ọrọ Rẹ ro, lati fi ifẹ Rẹ han koda nigba ti oun to n sẹlẹ ko fi aaye fun ifẹ. Ọlọrun jẹ olotitọ si wa, debi pe a nilo lati jẹ olotitọ si i. A nilo lati ranti Ọrọ yii ti O n fi fun wa.

"Li akotan, ará, ohunkohun ti i se ōtọ, ohunkohun ti i se ọ̀wọ̀, ohunkohun ti i se títọ́, ohunkohun ti i se mímọ́, ohunkohun ti i se fifẹ, ohunkohun ti o ni irohin rere; bi ìwà títọ́ kan ba wà, bi ìyìn kan ba si wà, ẹ mã gbà nkan wọnyi rò. Nkan wọnni, ti ẹyin ti kọ́, ti ẹyin si ti gbà, ti ẹyin si ti gbọ́, ti ẹyin si ti ri lọwọ mi," Paulu wipe, "...ẹ mã se wọn:" Ko wipe, "Ẹ̀yín gbọ ti mo sọ ọ," abi o wi bẹẹ? Tẹti si nisisiyi: "Ti ẹ ti gbọ ati ti e si ti **ri** ninu mi..." Eyi ju gbigbọ nikan lọ? "...ati Ọlọrun alaafia yo wa pẹlu yin." Nibiyi Ọlọrun fi fun wa nipasẹ Ọrọ ti O so fi sita ninu Bibeli. O fi i fun ọ.

O lẹtọ lati gba a. O lẹtọ lati sọ ọ di tirẹ, nitori O n **fifun** ọ. Nitorina ti o ba fẹ goke diẹ si ninu ifẹ Rẹ, gba a!

O n fi fun ọ ki o baa le dabi Rẹ. O n fi fun ọ, nitori Paulu wipe, "Oun ti ẹ ti kọ, ti ẹ ti gba, ti ẹ ti gbọ ati ti ẹ ti ri ninu mi," Paulu wipe, "...ẹ se e." "...ẹ se e ati Ọlọrun alaafia yoo wa pẹlu yin." O n fi i fun wa koda lọwọlọwọ.

Nisisiyi, mo sọ fun ọ pe yio dan ọ wo. I mọn bẹ. "Ẹ mã sore fun ọmọnikeji yin, ẹ ni ìyọ́nú, ẹ mã dáríji ara yin, gẹgẹ bi Ọlọrun ninu Kristi ti dariji yin." Amin? Nitori naa ẹ nifẹ ara yin pẹlu ifẹ Ọlọrun, ko si ni ta ko yin. A koni ni ikoro tabi ibanujẹ tabi kanra, sugbọn yoo san lati ọdọ Rẹ ati lati ọdọ yin si awọn yoku.

Nigba ti a lọ si Afirika, ati si India, Ọlọrun ran wa. O ti pelo wa silẹ, to fi jẹ pe nigba ti a lọ, a ko ni bẹru. O pelo wa **ninu ifẹ Rẹ** to fi jẹ pe nigba ti a lọ, wọn o mọn pe Ọlọrun ni. A lọ si awọn awọn abule ti wọn ti n jẹ eniyan, a lọ si orisirisi awọn abúlé. A lọ si abule kan, pẹlu okunrin to ya wa ni ọkọ jeepu rẹ. A lọ sibẹ ... iransẹ Ọlọrun to wa pẹlu wa si wipe, "Ẹ woo, a ko ni pẹ nibi." Njẹ ẹ mọn nkan to sẹlẹ? Mo wipe, "Oluwa, fun mi ni awọn ọrọ ti yoo fọwọ tọ ọkan awọn eniyan yi." O si se bẹ! Wọn si fi aye wọn funn Jesu. Wọn wa lati inu pápá, wọn si n wa sii, wọn si n wa sii. Ọkunrin kan ati obinrin kan wa nibẹ, Oluwa si wi fun mi lati fi Bibeli yi fun wọn ati lati sọ fun wọn lati maa kọ ki wọn o si maa bomirin awọn eniyan yii nipa Ẹmi Oluwa. Wọn duro sibẹ omije si n san loju wọn, wọn si wipe, "A mọn pe Ọlọrun niyi, nitoripe Ọlọrun ti fi si ọkan wa lati se eyi fun awọn eniyan." A nilo lati lọ; a ko le e duro. A ko mọn oun to sẹlẹ, sugbọn a mọn pe Ọlọrun fi akoso rẹ sọwọ ẹni ti O ti yan lati maa bojuto wọn.

Wọn ko fi igba kankan sọ fun wa ri pe, "Kii se Ọlọrun" tabi "Kii se ifẹ Ọlọrun." Wọn mọn pe ifẹ Ọlọrun ni. Wọn mọn pe Ọlọrun ni O ran wa. Eyi si jẹ otitọ fun aye wa; a nilo lati mọn oun ti a ti gbọ ti a si ti ri nipa ifẹ Rẹ, nigab naa Paulu wipe, "...ẹ se é." "...ẹ se é."

V. Eyi To Ga Ju Ninu Iwọnyi Ni Ifẹ

Mo dupe lọwọ Oluwa fun oun to n se ninu ọkan ẹnikọọkan wa, **a nilo lati ki i mọnlẹ.** A nilo lati gba ifẹ Rẹ laye lati gba aye awọn nnkan miiran ti a ni ti ko ni iwulo fun wa, tabi fun un. Ko le e sisẹ. Ifẹ Ọlọrun nikan ni yoo sisẹ; ayọ Rẹ nikan ni yoo sisẹ, igbagbọ Rẹ nikan lo n sisẹ ninu wa. Eyi to ga ju ninu iwọnyi ni ifẹ Rẹ.

Ọlọrun fẹ mu wa wọnu ibasepọ naa ki a baa le se oun to tọ́ nigba ti a ba ni nkan se pọ pẹlu awọn eniyan ati awọn ọmọde. Ki a ma baa ba wọn jẹ, sugbọn ki ifẹ Rẹ bori oun gbogbo yoku. Mo fi fun ọ pe imunubini maa wa lati ọdọ ọta ni ọpọ igba, ti a o fẹ lati se nkan lọna to yatọ. Sugbọn mo gbagbọ pe Ọlọrun n mun wa bọ wa sibi kan pẹlu Rẹ, ti yoo ranwalọwọ lati ni imọn ati suuru fun gbogbo isẹlẹ. **Ọlọrun fẹ fi ifẹ Rẹ sinu wa ki O si mu "àdàlú" kuro,** ki O baa le sọ wa di alagbara lati jade lọ sita ki a si jere awọn eniyan pẹlu onirunru igbagbọ ati gbogbo igbagbọ fun un nitori pe oun ni Ẹni ti yoo se e. A kan nilo lati jẹ ki O se e. Paulu wi nibiyi pe: "Ẹ jẹ ki ipamọra yin di mímọ̀ fun gbogbo eniyan. Oluwa nbẹ nitosi." Ti o ba si ni imọnlara pe O wa nitosi, bawo ni imọn tiwa yoo se pọ to pe O wa nitosi, ati pe a nilo Ọlọrun lati pelo ọkan wa ki O ba a le lo wa lati fi ọwọ tọ ọkan ati aye awọn miran.

Adura Ipari

Baba, adupẹ lọwọ Rẹ fun Ọrọ naa. Adupẹ lọwọ Rẹ, Jesu Oluwa, pe O lana fun ifẹ Rẹ pipe lati wa ninu wa. Ọlọrun, adupẹ pe O fẹran araye to bẹẹ gẹ debi pe O fi Jesu fun wa. Ati, Jesu, O fẹ wa to bẹẹ, debi pe O ku fun wa. Nisisiyi, oluwa, jẹ ki a fẹran Rẹ to bẹẹ debi pe ifẹ Rẹ yoo kun ọkan wa, ero wa, ati oungbogbo ti a jẹ. Tu ifẹ Rẹ sinu wa, Jesu. Jẹ ki awọn nkan yoku wọnyi kọja lọ. Sugbọn jẹ ki ifẹ Rẹ seku ni ọkan wa ati ni ero wa. Adupẹ lọwọ Rẹ, Jesu Oluwa, fun Ọrọ Rẹ, sugbọn adupẹ fun oun ti O ti se lati mun un wa si imunsẹ ki awa ki o le e ni ifẹ yii ti o n gbe inu wa.

Ki a baa le e nawọ́ si awọn ti ko ri ifẹ, awọn ti ko ri amojuto, awọn ti ko ni ẹnikẹni lati nifẹ wọn tabi bojuto wọn. Ọlọrun, kọ wa ni ọna Rẹ ki a baa le rin ninu rẹ, ati ki a baa le mun Ọrọ Rẹ sẹ gẹgẹ bi Ọrọ Rẹ ati ni ibamun pẹlu Ẹmi Rẹ. Jesu, adupẹ fun Ọrọ yi. Jẹ ki o rin wọnu ọkan wa. Jẹ ki a rin pẹlu rẹ, Jesu. Jẹ ki a pongbẹ fun ifẹ Rẹ lati kun gbogbo aye wa ju ounkoun lọ titi ti awọn yoku yoo fi le e ri Jesu ninu wa. Oluwa, adupẹ lọwọ Rẹ fun Ọrọ yi. Jẹ ki o rin jinlẹ wọnu aye wa, Oluwa, ki o si mu ki awa ki o le e maa se idahunsi pẹlu ifẹ Rẹ, ki a baa le fẹran ara wa.

Bukun awọn eniyan wọnyi, ẹnikọọkan to wa nibiyi. Jẹ ki ifẹ Rẹ ki o rin wọnu wọn, ki O si jẹ ki awọn nkan yoku wọnyi kọja lọ. Sugbọn jẹ ki ifẹ Rẹ sẹ́kù, Jesu. Jẹ ki alaafia Rẹ sẹ́kù. Jẹ ki ayọ Rẹ sẹ́kù, Oluwa, ki ayọ wa le kún. Adupẹ lọwọ Rẹ fun Ọrọ yi. Jesu, a yin Ọ nisisiyi fun ifikunni nipa Ẹmi ifẹ Rẹ, alaafia Rẹ, ayọ Rẹ, ododo Rẹ ati ijẹmimọ Rẹ, Oluwa.

Jẹ ki a jẹ awọn eniyan Rẹ ti o n pongbẹ fun Ọ ju oungbogbo lọ ninu aye yi, ki O baa le lo wa lati mun aye wa sọdọ Jesu. Jesu, adupẹ fun Ọrọ iyebiye yi ti O ti fi fun wa. Adupẹ fun idagbasoke nipa Ẹmi Rẹ, Oluwa, ni ibamun pẹlu Ọrọ Rẹ. A fi ògo fun Ọ nisisiyi, Jesu, a si yin Ọ fun oungbogbo ti O ti se ati eyi ti O n se lọwọ, a si dupẹ fun isẹ asepari ifẹ nla Rẹ. Ni Orukọ Rẹ, Jesu, ni a beere fun, ati fun ògo Rẹ. Amin.

AGBEYẸWO: REVIEW: WA SOKE TO GA SII NINU IFẸ RẸ

Bẹẹni tabi Bẹẹkọ

1. ___ Mo gbagbọ nitootọ pe Ọlọrun fẹ yi aye wa po pẹlu ifẹ Rẹ ti a ko finí ní akọlukọgba ifẹ eniyan – a o se idamọn pe ifẹ Ọlọrun bori oun gbogbo miran.
2. ___ Ifẹ eniyan to dapọ mọn ifẹ Ọlọrun jẹ pipe.
3. ___ Ọlọrun fẹ mu ifẹ ara kuro, ati lati funni ni ifẹ fun arayoku ti awọn oun tó ń sẹlẹ layika ko ni di wa lọwọ.
4. ___ Ifẹ maa n farada labẹ oungbogbo ati ounkoun to ba wa.
5. ___ A n gbé ni wakati Ẹmi Otitọ.
6. ___ Ifẹ Ọlọrun n jẹ sise ninu aye wa nipa oun ti Ọlọrun n se.
7. ___ Oun ti Ọlọrun n se ninu aye wa jẹ fun lailai.
8. ___ Ti a ba kọ wa lati jade lọ si orilẹ-ede miran, o

se pataki gidigidi pe ki a kọ wa ninu awọn nnkan kekeke wọnni.

9. ___ Ọlọrun fẹ ki ifẹ Oun dipo ifẹ eniyan, ti o jẹ ti imọntaraẹni nikan, o da lori ara, o n wa ire tara rẹ nikan, o n jowu, o n wa ògo asan, o n gberaga o si n.
10. ___ Ni awọn igba miran a maa n se apẹrẹ ifẹ Ọlọrun nigba ti a ba n binu.
11. ___ Gbogbo ounti o pe fun ni ipinnu lati jẹ ki Oluwa yi aye wa pada.
12. ___ Ni awọn igba miran koda ifẹ Ọlọrun papaa maa n reti ounkan pada.
13. ___ Ọlọrun fẹ ki ifẹ Rẹ maa dari aye wa. Sugbọn o ku siwa lọwọ.
14. ___ Ifẹ Ọlọrun jẹ alailabawọn.
15. ___ Ifẹ a mã farada ohun gbogbo, a mã gba ohun gbogbo gbọ́, a mã reti ohun gbogbo, a mã fàyàrán ohun gbogbo.
16. ___ Suuru jẹ ounkan ti eniyan n kọ nipa ifayaran.
17. ___ Ọlọrun n pe wa lati sìpẹ̀, lati gbadura, lati nifẹ ara wa, lati gbe Ọrọ Rẹ ro, lati fi ifẹ Rẹ han koda nigba ti oun to n sẹlẹ ko fi aaye fun ifẹ.
18. ___ A nilo lati gba ifẹ Rẹ laye lati gba aye awọn nnkan miiran ti a ni ti ko ni iwulo fun wa, tabi fun un.
19. ___ Ọlọrun fẹ fi ifẹ Rẹ sinu wa ki O si mu "àdàlú" kuro, ki O baa le sọ wa di alagbara lati jade lọ sita ki a si jere awọn eniyan pẹlu onirunru igbagbọ ati gbogbo igbagbọ fun.
20. ___ Ọlọrun n mun wa bọ wa sibi kan pẹlu Rẹ, ti

yoo ranwalọwọ lati ni imọn ati suuru fun gbogbo isẹlẹ.

21. ___ "Nkan wọnni, ti ẹyin ti kọ́, ti ẹyin si ti gbà, ti ẹyin si ti gbọ́, ti ẹyin si ti ri lọwọ mi, ẹ mã se wọn: Ọlọrun alafia yio si wà pẹlu yin."

22. ___ O ko ni ẹtọ lati gba ikunni Ọrọ Ọlọrun.

23. ___ Ọlọrun yoo se gbogbo rẹ; a ko nilo lati ki i mọnlẹ.

24. ___ Ọlọrun jẹ olotitọ si wa, sugbọn awa ko nilo lati jẹ olotitọ si i to bẹ.

25. ___ Ọlọrun yoo peelo wa silẹ, ti o fi jẹ pe nigba ti O ba ran wa lọ, ẹru ko ni ba wa.

Ori 13
NIBO NI A TI LE E RI ỌRỌ?

Awọn Atẹlera Okuta Imọnle: Nibo Ni A Ti Le e Ri Ọrọ?
– Njẹ A Pe Ọ tabi Njẹ O Lọ?

Njẹ A Pe Ọ?
ENIKỌỌKAN WA TI O FỊ RAN TO SI N SIN! LỊ RUN NI A PE FUN ÈTE KAN. A fun wa ni awọn ẹbun to yatọ ati awọn ipa ti a nilo lati se imunsẹ eto Rẹ fun aye wa. Ẹnikọọkan wa la da yatọ. Awọn kan fẹran ofintoto nigba ti awọn kan si fẹran itan lapapọ lasan. Awọn perete ni ẹbun ere ije nigba ti awọn kan tayọ ninu orin. Awọn ti o fẹran lati maa kàwé n bẹ ati awọn ti wọn o yaa rin kaakiri lati woye isẹda dipo rẹ.
Gbogbo wa ni a da pẹlu ète pataki ni ọkan.
Orin Dafidi 139:13-18
13 Nitori iwọ li o dá ọkàn mi: iwọ li o bò mi mọlẹ ni inu iya mi. 14 Emi o yìn ọ; nitori tẹrù-tẹrù ati tiyanu-tiyanu li a dá mi: iyanu ni isẹ rẹ; eyinì li ọkàn mi si mọ dajudaju. 15

Ẹda ara mi kò pamọ kuro lọdọ rẹ, nigbati a da mi ni ìkọ̀kọ̀, ti a si n sisẹ mi li àrabara niha isalẹ ilẹ aye. 16 Oju rẹ ti ri ohun ara mi ti o wà láîpé: a ti ninu iwe rẹ ni a ti kọ gbogbo wọn si, li ojojumọ li a nda wọn, nigbati ọkan wọn kò ti i si. 17 Ọlọrun, ìro inu rẹ ti se iye-biye to fun mi, iye wọn ti pọ̀ to! 18 Emi iba kà wọn, wọn ju iyanrin lọ ni iye: nigbati mo ba jí, emi wà lọdọ rẹ sibẹ

Woli, Jeremaya, a pè é lati inu iya rẹ (Jeremaya 1:5)

Paulu wipe Ọlọrun ti, "ya oun sọtọ lati inu iya oun" (Galatia 1:15)

Awọn miiran, bii Aisaya, ni akoko pàtó ti Ọlọrun pè wọ́n. Fun apẹrẹ; Abrahamu, Gidioni, Esikiẹli ati awọn miran. A le e ni imoye pe Ọlọrun pe wa nigba ti a kéré, tabi o le e wa gẹgẹ bi iyalẹnu patapata.

Romu 10:15 Wọn o ha si ti se waasu, **bikosepe a rán wọn?** gẹgẹ bi a ti kọ ọ pe, Ẹsẹ awọn ti nwasu ihinrere alafia ti dara to, awọn ti nwãsu ihin ayọ̀ ohun rere!

Mase lero pe ipe ni oun se pẹlu ipegedé rẹ, ipa rẹ, awọn aseyọri rẹ tabi koda biba Ọlọrun rin rẹ. Oun ni O pe ọ a si da ọ fun ète Rẹ. **Sisawari ète Rẹ fun ni iyatọ to wa laarin titiraka ninu okun rẹ ati sisan nipa Ẹmi Rè.** Iwọ yoo ri ileso to ga ju ati aseyọri nigbati o ba "wa ninu ajara naa" ti o si n fa orisun okun rẹ ati itọni rẹ lati ọdọ Rẹ. Nigba ti o ba duro ninu oun to ti pe ọ si lati se ti o si n lọ ninu ifamin-ororo-yan Rẹ, iwọ yoo ri ara rẹ pe o n sàn pẹlu Ẹmi Rẹ.

Ẹ Jẹ Ki A Se Agbey! wo – *Njẹ A Pe Ọ?*

Nibo Ni A Ti Le e Ri Ọrọ?

Ọrọ Ọlọrun jẹ **ounkan ti o n ti ọdọ Rẹ wa** ki i se lati inu ero tiwa. Awọn ero wa maa n kun fun awọn oun ti a ti gbọ ati oun ti a n ro. Oun ti O n sọ nipa iṣelẹ kan ni o se pataki. Awọn oun to dirọ mọn iṣelẹ maa n ni i se pẹlu wa lọpọ igba ati ifesisi wa si wọn. O rọrun fun awọn eniyan ati oun ti wọn sọ ati oun ti wọn ro lati mu wa yẹsẹ. Sugbọn, ti a ba gba Ọlọrun laaye lati kọ wa, a le e **kọ bi a se n gbọ ohun Rẹ ti a si n mọn ọkan Rẹ**. Bi a ba duro sunmọn ọn ti a si ni ibasepọ pẹlu Rẹ a le e bẹrẹ sii gbọ yéké ati tẹletẹle.

Wọnyi ni awọn nkan ti a le se lati fọwọsowọpọ pẹlu Ẹmi Mimọ ti O n peelo wa silẹ lati jẹ "Agbẹnusọ" Rẹ olotitọ.

- Maa wa ni ìlókun. Ni mimun ara rẹ dagba soke ninu Igbagbọ rẹ Mimọ julọ. Juda 1:20-25
- Ni asiko idakẹjẹjẹ **tirẹ**.
- Gbadura, sìpẹ̀, jọsin, kọ ẹkọ, sasaro, kọ silẹ ki o si ni idapọ pẹlu Ọlọrun.

Adura jẹ sísọ̀rọ̀ pẹlu Baba rẹ ki o si tẹti si awọn èsi Rẹ. O jẹ sisọ awọn ẹbẹ rẹ, awọn aini ati ipenija ati pẹlu pipin ayọ rẹ ati ọpẹ́. Filipi 4:6 Ẹ máse àníyàn ohunkohun; sugbọn ninu ohun gbogbo, nipa adura ati ẹbẹ pẹlu idupẹ, ẹ mā fi ìbere yin hàn fun Ọlọrun.

Lati sìpẹ̀ jẹ lati duro ni alafo to wa laarin Ọlọrun ati awọn eniyan Rẹ. O jẹ gbigbadura nipa Ẹmi Mimọ ni ibamu pẹlu ifẹ Ọlọrun fun awọn eniyan Rẹ. Nigba ti a ba gbadura nipasẹ Ẹmi Mimọ, lọpọ igba a o ni imọnlara ọkan Rẹ a o si sọkun fun awọn oun to mun un sọkun.

Romu 8:26 Bẹ̃ gẹgẹ li Ẹ̀mí pẹlu si n ràn ailera wa lọwọ: nitori a kò mọ̀ bi ã ti i gbadura gẹgẹ bi o ti yẹ: sugbọn Ẹ̀mí tìkararẹ̀ nfi irora ti a kò le fi ẹnu sọ bẹ̀bẹ̀ fun wa.

Lati Jọsin ni lati gba gbogbo ara ati ẹmi rẹ laye lati fi bi O se tobi to, jẹ iyanu to, jẹ meriiri to, dara to, jẹ iyebiye to, jẹ ododo to, je titọ to ati bo se nifẹ to han. O maa n bawa pade ninu ijọsin. Ijọsin maa n ran wa lọwọ lati ranti bi Ọlọrun wa se jẹ onifẹ ati alagbara to, o si maa nfi aini wa si ipo to yẹ.

Lati kọ ẹkọ jẹ lati wa jinlẹ sinu ọrọ Ọlọrun; sise agbeyẹwo ẹsẹ Bibeli pẹlu ẹsẹ Bibeli.

Lati sasaro jẹ lati gbe afojusun wa sori awọn otitọ kan tabi abuda Ọlọrun ati lati se agbeyẹwo abala otitọ yii pẹlu adura.

Lati kọ silẹ jẹ lati kọ awọn ẹbẹ adura rẹ silẹ, ounkoun ti Ọlọrun ba ọ sọrọ nipa rẹ, ẹsẹ bibeli to ni itumọn si ọ ati awọn ero ti o tọ ọ wa nigba ti o n sasaro.

Lati ni idapọ pẹlu Ọlọrun jẹ lati àsetúnse iwapẹlu Ọlọrun ninu aye rẹ lai bikita oun ti o n se ati oun to n sẹlẹ layika, o si le e ni idamọn pe O wa nibẹ. Pin gbogbo aini, gbogbo ayọ ati gbogbo oun to kan ọ. Maa tẹti si ohun Rẹ ki o si setan lati se idamọn igbunnikẹsẹ Ẹmi Rẹ.

Ẹ jẹ ki a se Agbeyẹwo – *Nibo ni Mo ti le e ri Ọrọ?*

Bi a se n Kẹkọ Ọrọ Ọlọrun

Bi o se n lo asiko pẹlu ọrọ Ọlọrun fun ara rẹ, a o kun ọ iwọ o si yipada, iwọ yoo si ni ọpọ ninu rẹ lati fun ẹlomiran.

Kẹkọ pẹlu Ori Ọrọ. fun apẹrẹ: Awọn Ipilẹ Igbala tabi Itẹbọmi Omi abbl.

Ni Sisẹntẹle. Itan ati itẹle awọn isẹlẹ.

Kẹkọ ni ẹsẹẹsẹ káríi Bibeli.

Kẹkọ nipa awọn Eniyan. Ikẹkọ eniyan tabi Ibikan ninu Bibeli pẹlu le e jẹ eyi ti o wuni lori.

Ikẹkọ Ọrọ. Itumọn ati awọn apejuwe le e ran wa lọwọ lati jẹ ki oye Otitọ o ye wa si bi a ba gba Ẹmi Mimọ laaye lati bawa sọrọ ki O si dari wa si oye ti o dara sii

Ifihan. Lọpọ igba Ọlọrun yoo si ọkan wa lati gba ati lati ni oye oun kan ti a je afọju si tẹlẹ sugbọn nisisiyi a le e riran. Nigba ti eyi ba n sẹlẹ, o jẹ asiko nla lati ri otitọ yii ninu bibeli.

Imisi: Nibiyi ni Ọrọ Ọlọrun ti maa n muni lọkan le ti o si ma n gbeni soke, yoo si mu ọ la awọn asiko to nira kọja, yoo ran ọ lọwọ lati le sisẹ pẹlu awọn eniyan to soro pẹlu oore-ọfẹ Rẹ.

Awọn Ìlérí. Ẹgbẹgbẹrun awọn ileri lo wa ninu Bibeli, gbogbo wọn si wa fun wa lati duro le lori. Ọpọ ninu awọn ileri naa ni "bi". Ti a ba wa "bi" naa ti a si mu u sẹ, Ọlọrun yoo se ipa tirẹ.

Fun Igbagbọ rẹ Lókun ki o si ri iwulori. Gbolohun pere ninu ẹsẹ kan le e to lati gbe ọkan rẹ soke bori gbogbo isoro.

Itọni. Awọn ilana yi wa nibi gbogbo ninu Bibeli. Nigba ti a ba tẹle wọn a o se rere, a o si se aseyọri ninu oun ti a ba n se.

Awọn Isẹlẹ Ilu ati awọn isẹlẹ lọwọlọwọ. Kẹkọ oun ti ọrọ Ọlọrun sọ nipa awọn isẹlẹ ilu. Igba n yipada awọn eniyan si n yipada sugbọn Ọrọ Ọlọrun yoo duro titi lai. Idahun maa n wa ni gbogbo igba fun awọn ilakọja ti awọn eniyan n doju kọ ti a le e ri ninu Ọrọ Rẹ. Nigba ti a ba dari awọn eniyan si oun ti Ọlọrun sọ, a o duro lori Àpáta Rẹ.

Ẹ jẹ ki a se Agbeyẹwo – *Bi a se n Kẹkọ Ọrọ Ọlọrun*

Orisi Awọn Eniyan Mẹta.

Gbogbo iransẹ Ọlọrun lo nilo orisi awọn eniyan mẹta ninu aye wọn.

Gbogbo wa la nilo awọn eniyan. Ko si ojise kankan ti o to fun ara rẹ tabi ti o le nikan dawa. Awọn Ojisẹ pẹlu nilo ki a jisẹ fun wọn. Gbogbo wa la nilo koriya, idande ati ifọkantan. Bẹẹni, jijisẹ iransẹ fun awọn miran nipa sísàn Ẹmi Ọlọrun pẹlu maa n mu itura wa fun wa; sugbọn, lati mun iduro wa sinsin, a nilo awọn eniyan yoku; awọn to nira, awọn tinu wọn dun, awọn to dun un ba rin ati awọn to soro.

Ọrisi Awọn Eniyan Mẹta. O ye ki a ni awọn **ọmọ eyin**, a nilo lati **jẹ ọmọ eyin** ati a nilo **idapọ**.

O se pataki gidigidi pe ki a mọn Ọlọrun ki a si ni oye ọrọ Rẹ. Sugbọn a gbọdọ ni ibasepọ to dara pẹlu awọn eniyan naa. Ọpọlọpọ awọn ojisẹ Ọlọrun ni aye wọn maa n di alaiduro-deede ti wọn ko ba ni ibasepọ to dara pẹlu idile wọn, awọn ọrẹ wọn, alabasisẹpọ wọn ati awọn agutan wọn. **O dabi i wipe iyapa ninu ara ijọ ti iyatọ laarin iwuwasi ẹnikọọkan fa pọ ju eyi ti awọn koko ọrọ igbagbọ fa lọ.** Ẹ jẹ ki a yege ninu ninifẹ awọn eniyan.

Ẹ jẹ ki a wo iru ibasepọ mẹta ti yoo ran wa lọwọ lati duro deede.

Awọn eniyan ti a n jisẹ iransẹ fun. Awọn to kere ko kan le e dagba funra wọn. Wọn nilo ẹnikan lati mun wọn, dari wọn ki o si sọ wọn di ọmọ eyin. Eyi ko tumọn si ninu Ẹkọ Bibeli nikan sugbọn ninu gbogbo oun aye. Awọn eniyan o dagba daadaa ti wọn ba ni Iya tabi Baba ninu Ẹmi. **Awọn ọmọ eyin to jẹ ọdọ yoo fun igbagbọ wa ni ipenija yoo si yẹ**

ìrin wa wo. Wọn dara fun "ilera" wa. Wọn yoo mun wa jẹ ọdọ ki eegun wa si ji pepe.

Awọn eniyan to jẹ irọ̀ wa, awọn ọrẹ wa ti a le e se bi a ti ri niwaju wọn ti wọn si le fi oju ti wọn gba fi n wo wa han wa. Nigba ti a ba n se "bi abuda wa se ri" njẹ a si tun n jẹ oniwabi-Ọlọrun? **Oju ti awọn ọrẹ wa yoo gba fi wo wa yo yatọ si eyi ti awọn agbo agutan yoo fi ri wa.** Ko dara fun ilera ki ẹnikan ko wa ni ipo pasitọ tabi adari ni gbogbo igba. Nini ibasẹpọ to dara pẹlu awọn ọrẹ yoo ran wa lọwọ lati jẹ ẹni ẹmi ninu ara ati ẹni ara ninu ẹmi.

Awọn ti o tọ́ wa ti a si n isiro isẹ wa fun. Awọn ti o le e pe wa ki wọn si bawawi nigba ti a ba yẹsẹ kuro lọna. Awọn to n jisẹ iransẹ fun wa ti wọn si n bọ wa. Awọn Woli, awọn Olukọ, awọn Olusipẹ ati awọn Apọsteli.

Asa wa le ma ni oye ilana to ti jijẹ-ọmọ-ẹyin ati ọmọ-ẹkọsẹ lẹyin eyi ti o wọpọ ni akoko ti Jesu n bẹ laye. Nigba ti Jesu pe awọn ọmọ eyin Rẹ, wọn **ri i pe o jẹ iyi nla** ki "Olukọ tabi Rabi yan ẹni ti o fẹ kọ ti yoo si jẹ "olukọ fun un". Koda awọn ara idile wọn yoo yọ pe a yan òkan ninu ẹbi awọn.

Ọpọlọpọ awọn nkan ti a kọ laye ni o jẹ pe "a kan ri wọn gbamu ni kii se pe wọn kọ wa". Nigbati a ba n la ipenija kọja papọ pẹlu ẹlomiran ni a maa n ri ẹkọ kọ daradara julọ. **Ikọni lati ọwọ ẹnikan yoo ranwalọwọ ju ikọni inu yara ikawe lọ.** A ni ọpọlọpọ olukọ, sugbọn a ko ni ọpọ "Baba". Paulu wipe, "Emi ti ni ọ lọmọ nipasẹ ihin rere."

Kọrinti I 4:15 Nitori bi ẹyin tilẹ ni ẹgbarun olukọni ninu Kristi, sugbọn ẹnyin kò ni baba pupọ: nitoripe ninu Kristi Jesu ni mo ti fi ihinrere bí yin.

A o jẹ alabukunfun gidigidi nigba ti a ba ni Awọn Baba tabu Iya ninu ẹmi ti yoo ma "sọ ẹmi wa" ti wọn o si maa sọrọ sinu aye wa. **Mọ̀ńmọ̀n wa iru ibasepọ bayi ri** ninu isẹ iransẹ rẹ.

Ẹ jẹ ki a se Agbeyẹwo - *Ọrisi Awọn Eniyan Mẹta*

AGBEYẸWO: NIBO NI A TI LE RI ỌRỌ?

Njẹ a pe ọ?

1. Kọ akanse agbara mẹwa ti Ọlọrun fi fun ọ silẹ.
2. Njẹ a ti fun ọ ni ọrọ woli nipa ipe rẹ? Kọ ni ọrọ sókí oun ọrọ ti o ti gba.
3. Agbọn iwa-bi-Ọlọrun wo tabi isẹ fun Ọlọrun wo ni o ni inudidun si ju. Iru awọn eniyan Ọlọrun wo ni o n tẹle tabi to wu ọ. Iru eniyan wo ninu Bibeli ni o wu ọ ju lati dabi rẹ?

Nibo ni mo ti le e Ri Ọrọ?

1. Kọ ọkan ninu awọn oun ti a maa n se ni akoko idakẹjẹjẹ ti o ti n lo daadaa silẹ.
2. Yan ọkan ninu awọn ìse ti o wa ninu ẹkọ yii ti o le e fi kun asiko rẹ pẹlu Ọlọrun. Kọ ilakalẹ lati bẹrẹ si ni fi awọn ounkan tuntun yi sinu asiko idakẹjẹjẹ rẹ.

3. Njẹ o n ri ara rẹ bii ẹni to n sunmọn Ọlọrun si? Awọn igbesẹ wo lo ni lọkan lati gbe ki baa le sunmọ ọn si?
4. Yan ẹsẹ bibeli kan ti o ti ni itumọn si ọ laipẹ yi ki o si kọ oun ti ẹsẹ bibeli yi tumọn si fun ọ.

Bi a se le e Kẹkọ Ọrọ Ọlọrun

1. Ka Orin Dafidi 119. Kọ iye orisirisi ọna ti o ri ti Dafidi fi n gba ni ifarakinra pẹlu Ọrọ Ọlọrun.
2. Yan ọna tuntun ti o ko ti i lo ri ki o si salaye bi o se n gbero lati fi eyi kun ikẹkọọ Bibeli rẹ.

Orisi Awọn Eniyan Mẹta

1. Wo aye rẹ, kọ awọn eniyan ti o ni ni ọkọọkan agbọn ibasepọ mẹtẹẹta nni. Ti o ba ni agbọn kan to sofo, seto lati se atunse ki o si kọọ́ sílẹ̀.
2. Salaye oun to tumọn si nigbati Paulu wipe, "Emi ti ni ọ lọmọ nipasẹ ihin rere".
3. Salaye oun to tumọn si lati sọ ẹnikan di ọmọ eyin.

IDANWO-OYE: NIBO NI A TI LE RI ỌRỌ

1. Nigba ti o ba duro ninu oun to ti pe ọ si lati se ti o si n lọ ninu ifamin-ororo-yan Rẹ, iwọ yoo ri ara rẹ pe o n sàn pẹlu Ẹmi Rẹ.
   a. Bẹẹni
   b. Bẹẹkọ

2. Ọlọrun pe wa nitori awọn akanse agbara wa, awọn aseyọri wa ati ìrin wa pẹlu Rẹ
   a. Bẹẹni
   b. Bẹẹkọ

3. A le bẹrẹ si ni gbọ ohun Ọlọrun yéké ati tẹletẹle bi a ti n
   a. Tẹti si orin isin ti ko pariwo
   b. Bi a ba pilẹ ibasepọ to sunmọn pẹlu Rẹ
   d. Kikun ọkan wa loorekore pẹlu oun ti a n gbọ ati oun ti a n ro
   e. Kosi okan ninu iwọnyi

4. Bi a se n sipẹ nipa Ẹmi Mimọ a le bẹrẹ si ni sọkun fun awọn oun to n mun sọkun
a. Bẹeni
b. Bẹẹkọ

5. Sise àsàrò lori Ọlọrun tumọn si:
a. Ki a joko kasi kásẹ̀ lori ara wọn lai se nkankan
b. Ki a mun gbogbo ero tiwa ati imọnlara wa kurọ lọkan wa
d. Lati gbe afojusun wa sori awọn otitọ kan tabi abuda Ọlọrun ati lati se agbeyẹwo abala otitọ yii pẹlu adura
e. Gbogbo eyi to wa loke

6. Nini idapọ pẹlu Ọlọrun jẹ:
a. Lati se àsetúnse iwapẹlu Ọlọrun ninu gbogbo agbọn aye rẹ
b. Pin gbogbo ayọ ati gbogbo oun to kan ọ pẹlu Ọlọrun
d. Maa tẹti si ohun pẹlẹ Rẹ ni gbogbo ojọ rẹ
e. Gbogbo eyi to wa loke

7. Nigbati ọkan wa ba si lati gba ati lati ni oye oun kan ti a je afọju si tẹlẹ ni a n pè ni
a. Imisi
b. Idapọ
d. Isipẹ
e. Ifihan

8. Nigbati Ọrọ Ọlọrun ba mu wa lọkan le ti o si ran wa lọwọ lati sisẹ pẹlu awọn eniyan to sòro ati lati le la awọn asiko to nira kọja ni a n pe ni
a. Isipẹ
b. Imisi

d. Idapọ
e. Ifihan

9. Gbogbo eniyan lo nilo lati ni orisi awọn eniyan mẹta ninu aye rẹ lati duro deede
a. Awọn to dara, awọn to buru ati awọn to burẹwa
b. Agutan, ewurẹ ati kẹtẹkẹtẹ
d. Olukọni, ọmọ ẹyin ati idapọ

10. Awọn ọmọ ẹyin to jẹ ọdọ nilo wa sugbọn awọn pẹlu yoo mu wa jẹ ọdọ ati ki eegun wa ji pepe
a. Bẹẹni
b. Bẹẹkọ

11. Awọn eniyan to jẹ irọ̀ wa le e ran wa lọwọ lati jẹ ẹni ẹmi ninu ara ati ẹni ara ninu ẹmi
a. Bẹẹni
b. Bẹẹkọ

12. Ikọni lati ọwọ ẹnikan koniye lori to ikọni inu yara ikawe
a. Bẹẹni
b. Bẹẹkọ

13. A ni ọpọlọpọ Baba sugbọn a ko ni ọpọ olukọ
a. Bẹẹni
b. Bẹẹkọ

14. O le e mọnmọ wa olukọ fun ara rẹ
a. Bẹẹni
b. Bẹẹkọ

15. Ọrọ ti o fi funni san jade lati inu Ọrọ ti o n hu niwa
a. Bẹẹni
b. Bẹẹkọ

Ori 14

NJẸ WỌN MỌN Ọ?

Iwọ fẹ lati jẹ Pasitọ? **Sugbọn njẹ awọn agutan rẹ mọn ọ?**

Jesu ni Olusọ-agutan Rere naa.

Gẹgẹ bi aladari a gbọdọ kọ awọn ọna Rẹ ki a si kọ bi a se n nifẹ awọn eniyan Rẹ bii pe agbo naa jẹ tirẹ̀, kii se tiwa. Bi a se n jisẹ iransẹ ti a si n se afihan apẹrẹ ifẹ Ọlọrun fun agbo Rẹ, wọn o bẹrẹ si ni mọn wa wọn o si bẹrẹ si ni fẹran wa. Gẹgẹ bi ifọkantan, ifẹ ati ọ̀wọ̀ se n gbilẹ, a le fun awọn agutan Rẹ ni ọgbọn ati awọn ẹkọ ti Ọlọrun fifun wa lati ori itẹ Rẹ wa.

Ninu Johanu 10 Jesu sọ bi O se jẹ Olusọ-agutan Rere ati bi awọn agutan Rẹ se da ohun Rẹ mọn. O tun sọ pẹlu nipa bi a se le **tẹle apẹrẹ Rẹ gẹgẹ bi awọn olusọ-agutan rere.**

Johanu 10:4 Nigbati o si mu awọn agutan tirẹ̀ jade, o siwaju wọn, awọn agutan si ntọ̀ ọ lẹyin: nitoriti wọn mọ ohùn rẹ̀.

Nigba ti olusọ-agutan ba n bọ́ awọn agutan rẹ ti o si n bojuto wọn, wọn o daa mọn. Ti ẹlomiran ba pe wọn, awọn agutan koni naani rẹ tabi ki wọn o sálọ. Sugbọn nigbati olusọ-agutan ba pè, awọn agutan yoo wa sọdọ rẹ wọn o si tẹle e.

Bi ebi ba n pa agutan, olusọ-agutan yoo fun ni ounjẹ, oungbẹ lo n gbẹ ẹ ni, yoo fun ni oun ti yoo mun, bi o ba n saisan, olusọ-agutan yoo bojuto titi ara rẹ yoo fi ya.

Jesu ni Olusọ-agutan Rere, wọnyi ni awọn apẹrẹ diẹ nipa bi O se n se abojuto wa gẹgẹ bi agutan. **Olusọ-agutan Rere naa ni idasi fun awọn aini wa,** awọn aini wa lára bii ounjẹ ati asọ, bẹẹ pẹlu ni awọn aini wa lẹmi.

Orin Dafidi 23:1 OLUWA li Olusọ-agutan mi; emi kì yio se alaini. 2 O mu mi dubulẹ ninu papa-oko tútù; o mu mi lọ si iha omi didakẹ rọ́rọ́.

Isaiah 58:6 Awẹ ti mo ti yàn kọ́ eyi? lati tú ọ̀já aisododo, lati tú ẹrù wiwo, ati lati jẹ ki anilara lọ lọfẹ, ati lati já gbogbo àjàgà? 7 Kì ha se lati fi ounjẹ rẹ fun awọn ti ebi npa, ati ki iwọ ki o mu awọn otòsi ti a tì sode wá si ile rẹ? nigbati iwọ ba ri arìnhòhò, ki iwọ ki o bò ó, ki iwọ, ki o má si fi ara rẹ pamọ kuro lọdọ ẹran-ara tirẹ?

Njẹ Wọn Mọn Ọ?

Ẹ jẹ ki a bi ara wa ni awọn ibeere wọnyi:
Kini idi ti mo fi ni ijọ?
Imunsẹ are rẹ, imọn ara, igberaga.
Ka sa le wipe emi naa ni ijọ.
Lati se amusẹ ipe mi lasan.
Ki owó le maa wọle fun mi lasan.
Nitoripe Ọlọrun pe mi.
Nitoripe mo nifẹ awọn eniyan mo si nifẹ lati maa sisẹ pẹlu wọn.
Njẹ akorajọpọ ijọ rẹ ni ifọkantan fun ọ?
Njẹ wọn mọn pe o ni didara awọn lọkan?
Lọpọ igba ni awọn eniyan maa n tara bọ isẹ pasitọ tabi adari ti wọn ko si ro awọn ọna to sisẹ ti wọn le gba lati maa "Bọ́ Agutan wọn". Njẹ o ye wa pe o jẹ ojuse wa lati fun awọn agutan ni ounjẹ ati omi, ki a si mun awọn agutan wa sibi ti wọn ti le e bi si.

Gẹgẹ bi Pasitọ a n peelo agutan wa silẹ.

Lati Gbe:

- Ìpìlẹ̀ Ibẹrẹpẹpẹ
- Ironupiwada
- Igbala
- Itẹbọmi Omi
- Itẹbọmi Ẹmi Mimọ Lo
- Ọrọ yi bo se yẹ
- Dagba ninu Ẹmi
- Ni Eso Ẹmi
- Maa rin pẹlu Ẹmi Oluwa
- Maa sèto awọn ọjọ mimọ (*ayẹyẹ inu Bibeli*)

- Ounjẹ Alẹ Oluwa
- Idamẹwa ati Ọrẹ
- Itẹbomi Omi
- Ẹ maa fọ ẹsẹ ara yin
- Kọ Ọrọ naa sori

Lati Bi Si i:

- Ile ẹkọ ojọ Isinmin - Ẹkọ Ipilẹ
- Akorajọpọ awọn ọdọ
- Kọni bi a se n sọ nipa Jesu fun awọn miran
- Igbeyawo
- Iyasimimọn Ọmọ
- Ẹkọ fun awọn Aladari
- Ẹ se ibisi Ọlọrun.... Ijọba Rẹ

Fun Ofo:

- Aisan
- Ile-iwosan
- Ajalu
- Inunibini
- Iku olufẹ ẹni

Fun awọn Aladari:

- Usher
- Deaconi

- Alabojuto
- Minisita
- Pasitọ
- Olukọ
- Ajihinrere
- Aposteli

Gẹgẹ bi Pasitọ a n **bomirin awọn onigbagbọ titi wọn yoo fi dagba,** ni riran wọn lọwọ lati se amusẹ ipe wọn lati ọdọ Ẹmi Oluwa. A o kọ akorajọpọ ijọ wa ni bi a se n wọnu isinmi Oluwa ati bi a se n gbe ninu alaafi. A o ma gbadura ni gbogbo igba ati isipẹ fun agutan wa.

Psalm 23:3 O tu ọkàn mi lara; o mu mi lọ nipa ọ̀nà ododo nitori orukọ rẹ̀.

Philippians 4:9 Nkan wọnni, ti ẹyin ti kọ́, ti ẹyin si ti gbà, ti ẹyin si ti gbọ́, ti ẹyin si ti ri lọwọ mi, ẹ mã se wọn: Ọlọrun alafia yio si wà pẹlu yin.

Ojuse wa kii se lati mu ki awọn akorajọpọ ijọ maa wa nile ijọsin sugbọn lati bomirin wọn ki a si **kọ wọn lati lọ si gbogbo aye.**

Apẹrẹ Paulu Gẹgẹ Bii Apẹrẹ Olusọ-agutan Rere:

2 Timothy 2:24 And the servant of the Lord must not strive; but be gentle unto all men, apt to teach, patient, 25 In meekness instructing those that oppose themselves; if God peradventure will give them repentance to the acknowledging of the truth; 26 And that they may recover themselves out of the snare of the devil, who are taken captive by him at his will.

Gálátíà 4:19 My little children, of whom I **travail in**

birth again until Christ be formed in you,

Ẹ jẹ ki a ka Matiu 25:34-40

34 "Nigbana li Ọba yio wi fun awọn ti o wà li ọwọ́ ọtun rẹ pe, Ẹ wá, ẹyin alabukun-fun Baba mi, ẹ jogún ijọba, ti a ti pèsè silẹ fun yin lati ọjọ ìwa. 35 Nitori ebi pa mi, ẹyin si fun mi li ounjẹ: ongbẹ gbẹ mi, ẹyin si fun mi li ohun mimu: mo jẹ àlejò, ẹyin si gbà mi si ile. 36 Mo wà ni ìhòhò, ẹyin si dasọ bò mi: mo se aisan, ẹyin si bojuto mi: mo wà ninu tubu, ẹyin si tọ̀ mi wá.'

37 "Nigbana li awọn olõtọ yio da a lohun wipe, Oluwa, nigbawo li awa ri ti ebi npa ọ, ti awa fun ọ li ounjẹ? tabi ti ongbẹ ngbẹ ọ, ti awa fun ọ li ohun mimu? 38 Nigbawo li awa ri ọ li àlejò, ti a gbà ọ si ile? tabi ti iwọ wà ni ìhòhò, ti awa dasọ bò ọ́? 39 Tabi nigbawo li awa ri ti iwọ se aisan, ti a bojuto ọ? tabi ti iwọ wà ninu tubu, ti awa si tọ̀ ọ́ wá?' 40 Ọba yio si dáhùn yio si wi fun wọn pe, Lõtọ ni mo wi fun nyin, niwọn bi ẹyin ti se e fun ọkan ninu awọn arakunrin mi wọnyi ti o kere julọ ẹyin ti se e fun mi.'

Ki a bẹ awọn ọmọ ijọ wa wo nigba ti wọn ba wa ni ile-iwosan, lo akoko pẹlu wọn nigba ti isẹlẹ aye ati eyi to mun idunnu wa ati eyi to mun ibanu jẹ wa, ba sẹlẹ. Je ounjẹ, gbadura, sìn ki o si kọ wọn **ti o fi han pe o n bojuto wọn.**

Nitootọ, Oun ni Olusọ-agutan Rere o si jẹ ojuse wa lati bojuto awọn agutan Rẹ, a si gbọdọ maa ranti ni gbogbo igba – **Agutan nikan lo le e bí agutan.**

AGBEYẸWO: NJẸ WỌN MỌN Ọ

1. Gẹgẹ bi Pasitọ, o se pataki lati kọ ọna Ọlọrun ki a si kọ lati nifẹ awọn eniyan Rẹ.
a. Bẹẹni
b. Bẹẹkọ

2. Olusọ-agutan Rere naa ni idasi fun awọn aini wa, awọn aini wa lára bii ounjẹ ati asọ, bẹẹ pẹlu ni awọn aini wa lẹmi.
a. Bẹẹni
b. Bẹẹkọ

3. Kini idi to fi yẹ ki pasitọ ni ijọ? (Yan gbogbo awọn eyi tó tọ́)
a. Imunsẹ are rẹ, imọn ara, igberaga.
b. Nitoripe Ọlọrun pe mi.
d. Ka sa le wipe oun naa ni ijọ.
e. Nitoripe o nifẹ awọn eniyan
ẹ. Lati se amusẹ ipe rẹ lasan.
f. Ki owó le maa wọle lasan.
g. Nitori o nifẹ lati maa sisẹ pẹlu wọn.

4. Njẹ akorajọpọ ijọ rẹ ni _____ fun ọ? Njẹ wọn mọn pe o ni _____ awọn lọkan?

5. Kosi oun to kan pasitọ ninu riran awọn to wa ninu ijọ rẹ lọwọ lati se amusẹ ipe wọn lati ọdọ Ẹmi Oluwa.
a. Bẹẹni
b. Bẹẹkọ

6. A o ma gbadura ni gbogbo igba ati isipẹ fun agutan wa.
a. Bẹẹni
b. Bẹẹkọ

7. Kini awọn ọna marun ti o le fi han awọn ọmọ ijọ rẹ pe o n bojuto wọn?
a. Gba gọọfu nigbati wọn wa ni ile-iwosan
b. Maa lọ sibi igbeyawo awọn ọmọ wọn
d. Se ètò ti wọn o gbadun ninu ijọ
e. Se abẹwo si ẹni to ba wa lọgba ẹwọn ninu idile wọn.
ẹ. Mase pe wọn wa sinu ile rẹ
f. Gbadura fun awọn aini wọn ninu ijọsin ọjọ Isinmi
g. Fun wọn ni ẹran àsun jẹ ninu ijọ

8. O dara lati kọ awọn ọmọ ijọ rẹ ni awọn ọna wọnyi (yan ọkan)
a. Ile ẹkọ ọjọ Isinmi - Ẹkọ ipilẹ
b. Akorajọpọ awọn ọdọ
d. Kọni bi a se n sọ nipa Jesu fun awọn miran
e. Ẹkọ fun awọn aladari
ẹ. Ẹ se ibisi Ọlọrun.... Ijọba Rẹ
f. Gbogbo eyi to wa loke

9. Ọna lati jiṣẹ iranṣẹ ti ẹmi nikan fun ijọ rẹ lo yẹ ki pasitọ tabi adari maa ro.
a. Bẹẹni
b. Bẹẹkọ

10. Agutan nikan lo le e bí agutan tumọn si pe ijọ yoo dagba nigba ti wọn ba wa ni ilera ninu ẹmi.
a. Bẹẹni
b. Bẹẹkọ

KỌKỌRỌ AGBEYẸWO

1. Gbigba Alaafia Ọlọrun To Se Pipe Laaye

1. Ododo, otitọ
2. alaafia pipe, ọkan, gbẹkẹle 3. apata
4. idajọ, ododo
5. alaafia
6. parada, titun
7. imọlẹ, ìdàpọ̀, ńwẹ̀ wa nù

Bẹẹni tabi Bẹẹkọ
1. Bẹẹni
2. Bẹẹni
3. Bẹẹni
4. Bẹẹni
5. Bẹẹkọ
6. Bẹẹni
7. Bẹẹni
8. Bẹẹni

9. Bẹẹni
10. Bẹẹni
11. Bẹẹni
12. Bẹẹni
13. Bẹẹni
14. Bẹẹni

Sisopọ
1. b.
2. a.
3. d.
4. f.
5. e.
6. ẹ.
7. g.
8. gb.
9. i.
10. h.
11. j.
12. k.

2. Ihuwasi tabi Ibi-giga

1. b
2. Bẹẹni
3. d
4. Bẹẹkọ
5. ẹ
6. e
7. a, d, e, f, gb

8. nkọ, awọn, iranṣẹ, mi, àgbèrè
9. Bẹẹni

3. Oluwa, Iwọ Ti Fi Idi Alaafia Mulẹ Fun Wa

1b
2d
3a
4d
5b
6a
7b
8d
9a
10 b

4. Ijagun Ẹmi

1a
2b
3a
4b
5b
6a
7e
8b
9a
10 e
11 a

12 a
13 e
14 b
15 b

5. Atako Ayipada-ipa

1. b
2. a
3. a
4. a
5. b
6. b, d, e
7. d
8. b
9. a
10. b
11. b
12. b, d, e, g
13. f
14. b, d, f, g
15. d
16. e

6. Ko Ni Orukọ Apọnle

Bẹẹni tabi Bẹẹkọ
1. Bẹẹkọ
2. Bẹẹni

3. Bẹẹkọ
4. Bẹẹkọ
5. Bẹẹkọ
6. Bẹẹni
7. Bẹẹni
8. Bẹẹni
9. Bẹẹkọ
10. Bẹẹni
11. Bẹẹni
12. Bẹẹkọ
13. Bẹẹni
14. Bẹẹni
15. Bẹẹni
16. Bẹẹni
17. Bẹẹni
18. Bẹẹni
19. Bẹẹni
20. Bẹẹni

7. Awọn Olusọ-agutan ati Agutan

1. a, b, d, ẹ, g, j
2. Bẹẹkọ
3. a
4. d
5. Bẹẹni
6. a, e, ẹ, gb, h, i, k
7. d

8. Igbagbọ N Sisẹ Nipa Ifẹ

1. Ominira
2. Ododo
3. Ifẹ
4. Ofin
5. Ara
6. Ipinnu
7. Kristi Jesu
8. Itẹbọmi
9. Ẹ̀dá
10. Rin
11. Tẹ̀mí
12. Yi
13. Kọ

Bẹẹni tabi Bẹẹkọ
14. Bẹẹkọ
15. Bẹẹni
16. Bẹẹkọ

Onidahun Pupọ
17. d.
18. b.
19. d.
20. a.

9. Okun-iwọn

1. okun-iwọn, okun-iwọn, okun-iwọn, eniyan
2. Oluwa, ifarajin, ìjọ̀wọ́ patapata
3. Ayọ, igbala, ifẹ, igbẹkẹle
4. Yan, lo
5. Bẹẹni
6. laaye, Setan, ominira, ododo
7. ọna, sisaanu, sínsin, aini, ihin rere, se, reti

10. Alakalẹ Iran

1. a
2. b
3. a
4. e
5. b
6. b
7. a
8. a
9. e
10. a

11. Iyin ati Isin

1. Bẹẹni
2. Bẹẹkọ
3. Bẹẹni

4. Só, iwapẹlu, iwosan, imupadabọsipo
5. Ọkan, mimọ, itiju
6. Bẹẹni
7. Bẹẹni
8. Bẹẹkọ
9. Yan, okun
10. b
11. e
12. d
13. Darapọ, reti, ranwalọwọ
14. b

12. Wa Soke To Ga Sii Ninu Ifẹ Rẹ

Bẹẹni Tabi Bẹẹkọ

1. Bẹẹni
2. Bẹẹkọ
3. Bẹẹni
4. Bẹẹkọ
5. Bẹẹni
6. Bẹẹni
7. Bẹẹni
8. Bẹẹni
9. Bẹẹni
10. Bẹẹkọ
11. Bẹẹni
12. Bẹẹkọ
13. Bẹẹni
14. Bẹẹni
15. Bẹẹni

16. Bẹẹni
17. Bẹẹni
18. Bẹẹni
19. Bẹẹni
20. Bẹẹni
21. Bẹẹni
22. Bẹẹkọ
23. Bẹẹkọ
24. Bẹẹkọ
25. Bẹẹni

13. Nibo ni a ti le e Ri Ọrọ?

1. a
2. b
3. b
4. a
5. d
6. e
7. e
8. b
9. d
10. a
11. a
12. b
13. b
14. a
15. a

14. Njẹ Wọn Mọn Ọ?

1. Bẹẹni
2. Bẹẹni
3. b, e, g
4. ifọkantan, didara
5. Bẹẹkọ
6. Bẹẹni
7. b, d, e, f, g
8. f
9. Bẹẹkọ
10. Bẹẹni

ÌSE ÌDÁMÒ̀N

Ọpọlọpọ awọn eniyan lo ti dasi isẹ iwe yi. Ọpọlọpọ awọn òùnkòwé ati awọn olootu, atu-fọnran-si-ọrọ ati awọn afededara. O ti gba ju ogoji ọdun lọ lati kọ iwe yi..

Adupẹ lọwọ awọn to ti:
Kọrinti I 3:6-8
"Emi gbìn, Apollo bomirin; sugbọn Ọlọrun ni n mu ibisi wá. Njẹ kì í se ẹniti o ngbìn nkankan, bẹ̃ni kì í se ẹniti mbomirin; bikoṣe Ọlọrun ti o n mu ibisi wá. Njẹ ẹniti ngbìn, ati ẹniti n bomirin, ọkan ni wọn jasi: olukuluku yio si gba ère tirẹ̀ gege bi isẹ tirẹ̀."

www.ingramcontent.com/pod-product-compliance
Lightning Source LLC
Chambersburg PA
CBHW071317110526
44591CB00010B/922